चिकन सूप
फॉर द सोल
फॅमिली मॅटर्स
भाग २

कौटुंबिक जिव्हाळ्याच्या भावस्पर्शी कथा

मूळ लेखक
**जॅक कॅनफिल्ड / मार्क व्हिक्टर हॅन्सन /
ॲमी न्यूमार्क / सुसान एम.**

अनुवाद
रेवती सप्रे

मेहता पब्लिशिंग हाऊस

Please contact us at **Mehta Publishing House,** 1941, Madiwale Colony, Sadashiv Peth, Pune 411030. ✆ +91 020-24476924 / 24460313

Email : info@mehtapublishinghouse.com
production@mehtapublishinghouse.com
sales@mehtapublishinghouse.com

Website : www.mehtapublishinghouse.com

◆ *या पुस्तकातील लेखकाची मते, घटना, वर्णने ही त्या लेखकाची असून त्याच्याशी प्रकाशक सहमत असतीलच असे नाही.*

CHICKEN SOUP FOR THE SOUL FAMILY MATTERS by **JACK CANFIELD, MARK VICTOR HANSEN, AMY NEWMARK AND SUSAN M. HEIM Foreward by Bruce Jenny**
Copyright © 2010 Published by Chicken Soup for the Soul Publishing,LLC
Marathi Language Translation Copyright © 2016 by
Mehta Publishing House, Pune
Translated into Marathi Language by Revati Sapre

चिकन सूप फॉर द सोल फॅमिली मॅटर्स भाग - २

अनुवाद : रेवती सप्रे
२०२, टॉवर बी, रोनक पार्क, पोखरण रोड नं.२,
ठाणे (वेस्ट) ४०० ६१०

मराठी अनुवादाचे व प्रकाशनाचे हक्क मेहता पब्लिशिंग हाऊस, पुणे.

प्रकाशक : सुनील अनिल मेहता, मेहता पब्लिशिंग हाऊस,
१९४१, सदाशिव पेठ, माडीवाले कॉलनी, पुणे - ४११०३०.

मुखपृष्ठ : मेहता पब्लिशिंग हाऊस
आतील चित्रे : घन:श्याम देशमुख
प्रथमावृत्ती : जानेवारी, २०१७

P Book ISBN 9789386342034

अनुक्रमणिका

भाग १ : थोडासा विचित्रपणा

एका सशाची गोष्ट / २
थॅंक्स फॉर द डे... / ५
एक मिठी गोष्ट / ९
व्यक्ती आणि वल्ली / १२
सासू? नव्हे खाष्ट सासू! / १५
मधले मूल / १८
मावशीच्या भेटवस्तू / २१
जशास तसे / २४
एका बाहुलीचा प्रवास- / २७
कपड्यांनी केली जादू / ३०

भाग २ : मुलं ती मुलंच

संगीतातली जादू! / ३४
सॉसेजिसच्या प्रेमात / ३७
लिंबाचे झाड / ३९
ते रडणारं बाळ / ४३
वॅफल्स!!! / ४६
विसराळू परी / ४९
सहलीचा दिवस / ५२
मर्क्युरीक्रोम / ५६
जादूई छप्पी / ५९
असाही एक वाढदिवस! / ६२
देवदूताशी भेट / ६५

भाग ३ : रस्त्यावरच्या गमतीजमती

एक गमतीदार प्रवास / ७०
आणि ममा मोठी झाली / ७३
कबुतरांचा 'कार'नामा / ७७
बोलण्यात हरवली वाट / ८०
टर्की पळाली भांडे सोडून... / ८२
पिवळी बस / ८५
अंकल बर्नी / ८९
गाडी चालवण्याचे धडे / ९२
एक आगळीवेगळी प्रेमकहाणी / ९५

भाग ४ : फारसे गंभीर नाही

मावशीचा खजिना / १००
शेवटची इच्छा / १०५
चोर आणि शिपाई / १०८
असाही एक अंत्यविधी / ११०
शवागाराची सफर / ११३
मॉम कुठे आहे? / ११६
एक हसरा निरोप / ११९
मे आत्या! / १२१
शेवटचा प्रवास / १२४
हरवलेला रुमाल / १२७

भाग ५ : आयुष्याची गंभीर बाजू

अंतरीची व्यथा / १३२
पांढऱ्या भिंती आणि फुलाफुलांचे पडदे / १३५
देवाघरची भेट! / १३९
नाते / १४४
फुटबॉलचा सामना / १४८
मी सदैव तुमची ऋणी राहीन... / १५२
दृष्टिकोन / १५५
जादूची कांडी / १५९
कथा एका आखीव-रेखीव घराची... / १६४

१

थोडासा विचित्रपणा

मला असे वाटते की माझ्याशी संबंधित असलेल्या लोकांशी मी संबंध जोडू शकलो असतो तर...

— जेफ फॉक्सवर्दी

एका सशाची गोष्ट

सर्व प्राणिमात्र माझे मित्र आहेत आणि मी त्यांना खाऊ शकत नाही.
– जॉर्ज बर्नार्ड शॉ

मला माहीत आहे की एखाद्या तीन वर्षांच्या लहान मुलाला वाढदिवसाची भेट म्हणून एखादा पाळीव प्राणी देणे अजिबात योग्य नाही आणि तरीही मी तसे केले होते. पण आता आयुष्यात पुन्हा कधीही मी ती चूक करणार नाही.

ही गोष्ट आहे आमच्या लग्नापूर्वीची! मी आणि माझा नवरा प्रॉस्पेरोच्या भेटीगाठी सुरू असतानाची!

अशाच एका भेटीच्या वेळी त्याने मला म्हटले, "अगं, माझ्या ३ वर्षांच्या पुतण्याचा वाढदिवस आहे आणि त्याला काय भेट द्यायची ते मला सुचत नाहीये." लिओनार्डो, म्हणजे तो ३ वर्षांचा पुतण्या आणि माझा नवरा यांचे काका पुतण्याचे गाढ प्रेमसंबंध होते. प्रॉस्पेरोसाठी तो केवळ पुतण्याच नव्हे तर जणू देवदूतच होता आणि अशा लाडक्या पुतण्यासाठी साहजिकच त्याला काहीतरी अनोखी भेटवस्तू द्यायचे मनात होते आणि त्यासाठी त्याला माझी मदत हवी होती.

मला आठवतंय की तो मार्च महिना होता आणि सगळीकडे ईस्टर सणासाठी तयारी सुरू होती. लिओनार्डोसाठी भेटवस्तूचा विचार करताना मला एकदम आठवले की माझ्या आईच्या ऑफिसजवळच एक पेट शॉप आहे तिथे वेगवेगळे पाळीव प्राणी विकायला ठेवलेले मी पाहिले होते. तिथेच एकदा सशांच्या गोजिरवाण्या पिल्लांनी माझे लक्ष वेधून घेतले होते. त्यातले एखादे पिल्लू भेट म्हणून देता येईल अशी कल्पना मला सुचली आणि त्या वेगळ्या कल्पनेचे प्रॉस्पेरोला नक्की कौतुक वाटेल असे मला वाटले.

माझे सासूसासरे इटलीच्या ग्रामीण भागात राहायचे. त्या खेडेगावात त्यांचे घर, जमीनजुमला होता. त्या ठिकाणी त्यांनी ससे आणि इतर पाळीव प्राणी पाळले होते. त्यामुळेच त्यात आणखी एखाद्या सशाची भर पडली असती तरी त्यांना त्याचे फारसे

काही ओझे झाले नसते असा विचार मी केला. शिवाय ससा हा निरुपद्रवी प्राणी! कुत्र्यामांजरासारखी त्याची चावायची वगैरेची भीती नाही म्हणूनच माझ्या दृष्टीने 'ससा' ही एक सर्वोत्तम भेटवस्तू होती.

माझी कल्पना अर्थातच प्रॉस्पेरोने उचलून धरली. सासरच्या मंडळींनीसुद्धा या अनोख्या भेटीबद्दल माझी स्तुती केली.

"मी माझ्या सशाचं नाव लेनी ठेवलं आहे." असं लिओनार्डो कौतुकाने सांगत होता. लेनी हा त्याच्या स्वत:च्या लिओनार्डो नावाचा अमेरिकन अपभ्रंश!

वसंत सरला आणि ग्रीष्माचे आगमन झाले, तेव्हा लिओनार्डोने कौतुकाने त्या सशाला एका छोट्याशा खुराड्यात ठेवले. जेव्हा आम्ही तिकडे जात असू तेव्हा कौतुकाने तो आमच्या हाताला धरून ओढत लेनीला दाखवण्यासाठी खुराड्यापाशी नेत असे. लेनीवर त्याची खूप माया होती. माझ्या दिरांचा मोठा भाजीमळा होता अन आम्ही त्या मळ्यातील गाजरे, सॅलेडची पाने आणि हिरव्या पालेभाज्या वगैरे लेनीला खायला देत असू. इतके सर्व पदार्थ खायला मिळणारा, कदाचित लेनी हा एकच नशीबवान ससा असेल.

त्यानंतर हिवाळ्याचे दिवस आले. झोंबणाऱ्या गार वाऱ्याने अंगावर शिरशिरी उठू लागली. खेड्यातल्या मुक्त निसर्गाचा आनंद घ्यायला म्हणून पुन्हा एकदा आम्ही प्रॉस्पेरोच्या खेडेगावातल्या घरी गेलो. तेव्हा लिओनार्डो एका कोपऱ्यात उदासपणे बसलेला दिसला. आम्हाला पाहताच तो धावत आमच्यापाशी आला आणि नेहमीप्रमाणे त्याने आमच्या हाताला धरून ओढत लेनीच्या खुराड्यापाशी नेले. पण आम्ही पाहतो तो काय? लेनी तिथून गायब!

माझे सासूसासरे या विचारांचे होते की प्राण्यांना मोकळे सोडावे. त्यांना बंद पिंजऱ्यात वगैरे ठेवू नये. थंडीमुळे कदाचित त्यांनी लेनीला आपल्या घराच्या आतमध्ये आणले असावे असे मला वाटले.

"लेनी कुठे गेला?" मी लिओनार्डोला विचारले तेव्हा त्याने मला काय माहीत या अर्थाने हवेत हात हलवले.

मग मी माझ्या भावी सासऱ्यांनाही तोच प्रश्न विचारला.

'हे---हे ---हे', असे म्हणत ते नुसते हसले. कदाचित माझी भाषा त्यांना समजत नसल्यामुळे ते असे हसले असावे म्हणून मी परत माझ्या दिरांना विचारले. "लेनी कुठे गेला?"

त्यावर लहान मुलासारखे गाणे म्हणत हातवारे करत दीर म्हणाला, "तो पळून गेला."

त्यानंतर दीर व सासरे एकमेकांकडे बघून खुदुखुदु हसू लागले.

तितक्यात मागे उभ्या असलेल्या प्रॉस्परने माझ्या खांद्यावर हात ठेवून म्हटले. "चल आपण परत जाऊ या."

"अरे असं काय? आपण आत्ताच तर आलो आणि मला लेनीला पाहायचयं."

माझं काही न ऐकता त्याने माझा हात धरला आणि तो परत म्हणाला, "चल जाऊ या!"

आम्ही परत फिरलो तितक्यात मला दिरांचा आवाज ऐकू आला, "लेनीची चव छान होती हं. फक्त जरा जून होता, म्हातारा असेल कदाचित!"

मी त्यांचे बोलणे ऐकले आणि माझ्या हृदयाचा ठोकाच चुकला. मी प्रॉस्परकडे पाहिले आणि एक आवंढा गिळला, 'नाही' असे म्हणत माझ्या तोंडातून एक हुंदका आला. प्रॉस्परने माझ्या हाताला धरून कसेबसे गाडीत बसवले. मला जबरदस्त मानसिक धक्का बसला होता. या कुटुंबाने आपली जिव्हालालसा पूर्ण करण्यासाठी एका छोट्या मुलाच्या आवडत्या प्राण्याला मारायला मागेपुढे पाहिले नव्हते.

सुन्न होऊन उदास मनाने मी परत निघाले. माझे नशीब की प्रॉस्पर मात्र असा नव्हता. उलट त्या मंडळींच्या अगदी विरुद्ध स्वभावाचा होता तो. त्याला सर्व प्राणी पक्ष्यांबद्दल अपार प्रेम आणि सहानुभूती होती आणि मीही तसेच वागावे याबाबत तो मलाही नेहमी सल्ले देत असे.

मला नाराज झालेले पाहून प्रॉस्पर म्हणाला, "अगं, तू आमच्या कुटुंबाकडून वेगळी अपेक्षा धरू नकोस. तुला काय वाटतं? त्या आधी त्यांनी ससे कशासाठी पाळले होते?"

"अगं, हा आमच्या संस्कृतीचा भाग आहे. सशांना पाळतात ते त्यांना खाण्यासाठी, त्यांचं मांस चविष्ट असतं म्हणून."

"अरे पण, लेनी काही तसला ससा नव्हता. लिओने पाळलेला लाडका ससा होता तो. आपण मुद्दामहून लिओसाठी तो विकत घेऊन आलो होतो ना?" मी उदास स्वरात म्हणाले. "आणि आपण त्यांना बाहेर मांसाहारी जेवण जेवायला घेऊन जाऊ शकलो असतो की."

पण आता काहीही बोलून फायदा नव्हता. आमचा लाडका लेनी परत थोडाच येणार होता?

मात्र आयुष्यात मी एक महत्त्वाचा धडा शिकले आणि ठरवले की कुठल्याही मुलाला एखादा पाळीव प्राणी भेट द्यायचा नाही. अर्थात हा धडा शिकण्यासाठी एका निरपराधी प्राण्याचा जीव जावा लागला याची खंत आज ३० वर्षांनंतरही माझ्या मनात कायम आहे.

'लेनी तुझ्या आत्म्याला शांती लाभो, मी चुकले आणि माझ्यामुळे तू तुझे प्राण गमावलेस. पण तू मला माफ करशील ना? तुझे भाईबंद माझ्या घरी आहेत पण काळजी करू नकोस कारण मी त्यांना माझ्या मुलांप्रमाणे जपते.'

— लिन मदालेना मेन्ना

थँक्स फॉर द डे...

आभार प्रदर्शन दिनाचे (थँक्स गिव्हिंग डे) चे खरोखरच आभार मानले पाहिजेत, कारण तो दिवस वर्षातून एकदाच येतो.
— पी.जे. ओ'रूर्के

माझ्या सासूबाईंच्या घरी सुट्टीला गेलो असताना दरवेळी काहीतरी विचित्र प्रसंग नक्कीच ओढवतो.

एका सुट्टीत 'थँक्स गिव्हिंग डे' साठी आम्ही तिकडे गेलो असताना त्यांच्या पूर्वीच्या नवऱ्याच्या हातून सुरीला धार लावताना चुकून माझ्या दिरांचा कान कापला जाणार होता. एका ख्रिसमसच्या वेळी, ख्रिसमस ट्री चुकीच्या रीतीने उभे केले होते आणि ते अगदी ऐनवेळी लक्षात आले होते.

माझ्या सासूबाईंना मुलांमाणसांची फार आवड. प्रत्येक कार्यक्रमाला त्या झाडून सर्व नातेवाईक मंडळींना बोलवत. असेच एकदा आठवड्याच्या शेवटी जोडून आलेल्या सुट्टीला त्यांनी त्यांच्या १७८२ सालात बांधलेल्या गावाकडच्या घरात पाहुणे मंडळींना बोलावले होते. गंमत म्हणजे सर्व पाहुणे आले व या घरात तीनच बेडरूम्स असल्याने शेवटी एकाला डायनिंग टेबलाखाली झोपावे लागले.

या असल्या काही न काही गोंधळांमुळे मी काहीबाही कारण सांगून बरेचदा सासूबाईंकडचे निमंत्रण टाळायचे. परंतु थँक्स गिव्हिंग डे आणि ख्रिसमस हे दोन दिवस असे असत की तेव्हा 'नाही' म्हणणे शक्यच नसायचे.

मागच्या वर्षीचा थँक्स गिव्हिंग डे माझ्या विशेष लक्षात आहे. कारण सासूबाईंच्या दृष्टीने तो दिवस अतिशय महत्त्वाचा होता. माझ्या सासूबाईंचा घटस्फोट झाला होता आणि त्या दुसऱ्यांदा विवाहबंधनात अडकणार होत्या. त्यानिमित्ताने त्या दोघांच्या नवीन 'अपार्टमेंट'मध्ये त्यांनी त्यांच्या नवीन नवऱ्याचे कुटुंबीय म्हणजे नवऱ्याचे आधीचे दोन मुलगे, एक विवाहित व एक अविवाहित, सासूबाईंची नातेवाईक मंडळी

म्हणजे आम्ही दोघे व आमचे दोन मुलगे, (वय वर्षे सहा आणि चार), माझी नणंद, व तिचे चार मुलगे आणि सासूबाईंची एक मैत्रीण व तिचा नवरा आणि त्यांचा मानसिकरीत्या अधू असलेला मुलगा, एवढ्या सर्वांना 'थँक्स गिव्हिंग डे' साठीचे आमंत्रण दिले होते.

सासूबाईंनी आम्हाला आधीच कल्पना दिली होती की, माझे घर अजून पूर्ण लागले नाही. घर लागले नाही याचाच अर्थ 'जेवणे वेळेवर होणार नाहीत' असे गृहीत धरून आम्ही दिलेल्या वेळेपेक्षा एक तास जास्त उशिरा पोहोचायचे ठरवले. (आणि लग्नानंतर इतक्या वर्षांच्या अनुभवाने मला आता सासूबाईंकडचे कार्यक्रम कितपत वेळेवर (?) होतात याचे वेळापत्रक पाठ झाले आहे.)

एक तास गाडी चालवून आणि अर्धा तास पार्किंगसाठी जागा शोधून हाशहुश करत आम्ही त्या नवीन 'अपार्टमेंट'मध्ये पोहोचलो. सासूबाईंच्या नवीन नवऱ्याने दार उघडले. त्यांनी पांढरा बनियन घातला होता आणि दोन्ही बाह्यांच्या खाली घामाचे मोठे पिवळे डाग दिसत होते. 'वेलकम' म्हणत त्यांनी आमचे स्वागत केले. आम्ही आत गेलो. बोलावलेल्या सर्व पाहुण्यांमध्ये आम्हीच शेवटी आलेले दिसत होतो.

माझी नणंद व तिचे यजमान आपल्या धाकट्या मुलासह एकत्र बसले होते. त्यांची बाकीची तीन मुलं इकडेतिकडे पळत, धडपडत होती. मग जमलेल्या इतर मंडळींबरोबर आमची ओळख, विचारपूस वगैरे झाली. तोपर्यंत माझ्या दोन मुलांनी नणंदेच्या मुलांबरोबर मिळून तिथल्या अंथरुणावर कोलांट्या उड्या, पकडापकडी अशी मस्ती सुरू केली. त्यांना शांत बसवण्याचा प्रयत्न करत मी घरामध्ये एक चक्कर टाकली.

बाथरूममध्ये शिरताच तिथल्या मोडक्या टाईल्सने माझे लक्ष वेधले. तर बेसिनमध्ये साबणाच्या चिकट मळाचे थर जमलेले दिसत होते आणि त्यावर एक कळकट कंगवा ठाण मांडून बसला होता. कमोडच्या आजूबाजूला पिवळे पाणी सांडलेले दिसत होते आणि त्यामध्येच केसांची गुंतावळे पडलेली होती. टॉयलेटसाठीचा टिश्यू पेपर संपत आला होता आणि आजूबाजूला नवीन रोल असल्याचे चिन्ह दिसत नव्हते. नाकाला रुमाल लावून मी कसाबसा तिकडून काढता पाय घेतला आणि जाणे भागच होते म्हणून दुसऱ्या बाथरूममध्ये गेले. तिथली परिस्थिती जरा बरी होती. म्हणजे तिथे टॉयलेटसाठीचा टिश्यू पेपर होता पण मी कमोडचे झाकण उचलून त्यावर बसणार तितक्यात ते झाकण आणि सीट दाणकन खाली आदळले.

मी हळूच बाहेर आले आणि काहीच झाले नाही असे दाखवत गप्पांमध्ये सामील होऊन सरबताचे घोट घेऊ लागले. त्या नवीन नवऱ्याच्या मोठ्या मुलाचे नुकतेच लग्न झालेले दिसत होते. सहज मी त्यांना त्यांचे लग्न कसे जमले वगैरे विचारले. त्यांची सुरस कहाणी ऐकण्यात बराच वेळ गेला.

एव्हाना माझ्या पोटात कावळे कोकलायला सुरुवात झाली होती. मी डायनिंग रूमवर नजर टाकली. ह्या खोलीत खूप अंधार होता आणि तीत कुबट वास भरला होता. शिवाय एक भिंतभर मोठे शेल्फ दिसत होते ज्यात खंडीभर पुस्तके होती आणि त्यावर धुळीची पुटे जमलेली दिसत होती. खोलीच्या एका कोपऱ्यात एक मोठा टीव्ही होता आणि बाजूलाच असलेल्या बारा जणांसाठी असलेल्या टेबलावर अठरा जणांची जेवणाची सोय दाटीवाटीने केलेली दिसत होती.

घरात जमलेल्या पाहुण्यांची गर्दी आणि एकीकडे सुरू असलेला स्वयंपाक यामुळे आत गरम व्हायला लागले होते आणि त्यामुळे माझ्या अर्धशिशीच्या दुखण्याने डोके वर काढले. जेवण तयार व्हायला किती वेळ लागेल आणि मी काही मदत करू शकेन का याचा अंदाज घेण्यासाठी मी स्वयंपाकघरात जाऊन डोकावले तेव्हा मला सासूबाईंचा चेहरा घामाने डबडबलेला दिसला. त्या इतक्या घामेजलेल्या होत्या की त्यांच्या चेहऱ्यावरचा घाम ओघळून त्यांनी शिजवलेल्या टर्कीवर टपटप गळत होता. ते पाहून मला कसेतरीच झाले. इतक्यात "अगं जेवणाचे झाले आहे, सगळ्यांना टेबलावर बोलाव." असे सासूबाईंनी म्हटले.

सर्व जण आपापल्या जागेवर बसल्यावर आम्ही जेवणाआधीची प्रार्थना म्हटली व मग नमस्कार करून जेवण वाढून घेण्यास सुरुवात केली, पण माझ्या लक्षात आले की इतक्या माणसांच्या मानाने स्वयंपाक अगदीच थोडासाच बनवलेला दिसत होता. कसेबसे एकदा वाढून पुरेल इतका! सगळ्यांनी वाढून घेतल्यानंतर मला टर्कीच्या बाजूचा जेमतेम एक तुकडा आणि थोडासा परतलेला कांदा आणि उकडलेली मोडाची कडधान्ये इतकेच खायला मिळाले. माझ्या रागाचा पारा वर जात चालला होता कारण माझे पोट भरले नव्हते आणि भरीस भर म्हणून समोर बसलेला माझा नवरा प्लेटभर जेवण मिटक्या मारत जेवत बसला होता (त्याने पहिल्यांदा वाढून घेतले होते.) माझे सुदैव म्हणा किंवा काहीही दोन्ही मुलांनी त्यांचे जेवण अर्धवट टाकल्यामुळे ते घेऊन मला माझे पोट थोडेसे का होईना भरता आले त्यामुळे माझा गेलेला मूड थोडासा सुधारला.

इकडे भावी सासऱ्यांचे बीअर पिणे सुरू होते. "अरे ही बीअर त्या कोरिअन मार्केटमध्ये मला फक्त ३.९९ डॉलर्सला मिळाली" असे म्हणत त्यांनी बीअरची दुसरी बाटलीही रिकामी केली होती.

आमची जेवण आटोपेपर्यंत माझ्या व नणंदेच्या मुलांनी टीव्हीचा ताबा घेतला होता. त्या मोठ्या पुस्तकांच्या शेल्फला टेकून बसून टीव्हीवरचे कार्यक्रम बघण्यात ती रंगून गेली होती. आता पुरे झालं सगळं! असे वाटून मी मुलांना म्हणाले, "चला आता घरी जायची वेळ झाली." मुलांनाही खूप कंटाळा आला असावा कारण कधी नव्हे तो ती दोघे एका हाकेत उठली आणि माझ्याकडे येऊ लागली. ते उठल्यानंतर

त्यांच्या धक्क्याने भिंतीवरचे शेल्फ डुगडुगले आणि कसे काय कोण जाणे पण दाणकन जमिनीवर आडवे झाले. धडामकन् आवाज झाल्यानंतर जमलेल्या मंडळीत एकच गोंधळ झाला.

मला मात्र आता अजून एक क्षणभरसुद्धा तिथे थांबायची इच्छा नव्हती. ''आता निघू या.'' असं नवऱ्याच्या कानात कुजबुजत मी चेहऱ्यावर उसने हसू आणले आणि कृत्रिमपणे सगळ्यांचे आभार मानत तिथून काढता पाय घेतला.

एव्हाना संध्याकाळ झाली होती. गार झोंबरे वारे सुटले होते आणि माझ्या पोटात परत भुकेने गुरगुरायला सुरुवात झाली होती.

आज पुन्हा एकदा मी सासूबाईंच्या कार्यक्रमाच्या तडाख्यात अडकले होते, पण सहीसलामतपणे तिथून सुटका झाल्याबद्दल परमेश्वराचे आभार मानावे तेवढे थोडेच होते.

– ग्वेन डेय

एक मिठी गोष्ट

मातेच्या आलिंगनाइतकी चांगली दुसरी कुठलीही गोष्ट नाही.
– टेरी ग्युलेमेटसो

मी पाहिलेल्या 'डर्टी डान्सिंग' या एका इंग्रजी सिनेमातले एक वाक्य माझ्या मनावर पक्के कोरले गेले आहे. ते म्हणजे प्रत्येक व्यक्तीला आपापले स्वातंत्र्य जपता आले तर नातेसंबंध खेळीमेळीचे व अधिक दृढ होतात.

मी पहिल्यांदाच माझ्या होणाऱ्या नवऱ्याच्या घरी गेले होते. तिथे जायच्या आधी त्याने मला काही साधारण सूचना देऊन ठेवल्या होत्या त्या म्हणजे, आमच्या मागच्या अंगणात पाण्याऐवजी सोडावॉटरच्या बाटल्या ठेवलेल्या असतात, आमच्या वरच्या मजल्यावरचे बाथरूम तुंबते ते वापरू नकोस, वगैरे. या साधारण सूचना लक्षात ठेवून मी त्याच्या घरचे दार ठोठावले तेव्हा दार उघडल्याबरोबर एका अगडबंब स्त्रीने मला गच्च आलिंगन दिले. अचानक झालेल्या या प्रकाराने मी गोंधळून गेले. ती स्त्री म्हणजे अर्थातच माझी सासू होती. तिच्या मिठीतून मी कशीबशी सुटका करून घेतली. पण त्यानंतर सतत माझ्या सासूबाईंनी कधी माझ्या पाठीवर हात ठेवत तर कधी डोक्यावरून हात ठेवत तर कधी प्रेमाने माझा खांदा दाबत माझ्याशी संभाषण सुरू ठेवले. त्या वेळी मला टीव्हीवरच्या एका जाहिरातीत दिसणाऱ्या पांढऱ्या, मिठी मारणाऱ्या अस्वलाची ऊर्फ हगी बेअरची आठवण झाली. माझी होणारी सासू आणि ते जाहिरातीतील प्रेमाने मिठी मारणारे हगी बेअर यात काहीतरी साम्य असल्याचे मला उगाचच वाटू लागले. माझ्या होणाऱ्या नवऱ्याने, माझ्याबरोबर असे काही घडेल अशी कल्पना दिली नव्हती. मी मात्र मनातल्या मनात 'मिठी सासू' असे तिचे नामकरण करून टाकले. त्यानंतर काहीतरी बहाण्याने मी सासूबाईंपासून दूर लपण्यासाठीचा मार्ग शोधू लागले.

पुढच्या अंगणात जाता येणे शक्य नव्हते कारण तिथे गाड्या ठेवल्या होत्या.

स्वयंपाकघरात लपणे शक्यच नव्हते कारण ते अतिशय छोटे होते. डायनिंग रूममध्ये लपावे तर तेही शक्य नव्हते. कारण तिथल्या नाजूक काचेच्या शोकेसमध्ये ठेवलेल्या वस्तूंना धक्का लागण्याची शक्यता होती. आता सासूबाईंपासून सुटका कशी करून घ्यावी याचा विचार करतानाच मला जाणवले की मला तत्काळ बाथरूमला जाणे जरुरी आहे.

''तुमचे बाथरूम कुठे आहे, सांगता का प्लीज?'' मी विचारले.

मिठी सासूबाई माझ्यासोबत बाथरूमपर्यंत नव्हे बाथरूमच्या आतपर्यंत आल्या. त्यांनी बाथरूममधल्या जांभळ्या फुलाफुलांच्या पडद्यापासून ते स्त्रियांसाठी ठेवलेल्या सर्व आवश्यक वस्तू मला दाखवल्या (अर्थात हे दाखवतानाही त्यांनी माझ्या खांद्यावर हात ठेवला होता). पण मला त्यात रस नव्हता. या बाथरूममध्ये बेसिन व प्रसाधनगृह यांमध्ये एक दरवाजा होता. त्या दरवाजामधून कसेबसे आत शिरत मी तो दरवाजा घट्ट बंद केला आणि सुटकेचा नि:श्वास सोडला. निदान काही मिनिटे तरी मला मिठीबाईंपासून दूर राहता येणार होते. दरवाजाबाहेरून मिठीबाई मला शाम्पू, गरम पाण्याचे नळ इ. बद्दलचे धावते वर्णन ऐकवत होत्या आणि मी मात्र आत कसे आणि किती वेळ बसून काढता येईल याचा विचार करत होते. थोड्या वेळाने मात्र मिठीबाईंचा आवाज बंद झाला व त्या बाथरूममधून बाहेर जाऊन स्वयंपाकघरात भांडी वगैरे धुत असल्याचे जाणवल्यावर मला हायसे वाटले व मी हळूच दरवाजा उघडून बाहेर आले.

हे सर्व वाचत असताना मला मानवी स्पर्शाबद्दल इतकी घृणा का वाटते असे

तुमच्या मनात येईल, पण खरेच सांगते मला असे उगाच कुणीही दाखवलेली शारीरिक जवळीक अजिबात आवडत नाही. एखाद्या मैत्रिणीने प्रेमाने मारलेली मिठी किंवा आदर दाखवण्यासाठी केलेले हस्तांदोलन मी समजू शकते, पण असे येताजाता शारीरिक स्पर्श करणे मला मुळीच पसंत नाही. आमच्या इंग्लिश लोकांमध्ये एक म्हण आहे, ती म्हणजे – 'केवळ घोड्यांना आणि कुत्र्यांना मायेने थोपटावे.' आणि ती म्हण अगदी योग्य आहे असे मला वाटते.

...त्यानंतर नाइलाजाने मी स्वयंपाकघराकडे वळले (मिठी सासू आता कामात गुंतली असल्यामुळे कदाचित ती आता मला हात लावणार नाही अशा गोड गैरसमजात मी होते). पण तिथे गेल्यावर माझ्या नवऱ्याच्या भावंडांनी त्यांच्या आईचाच कित्ता गिरवला व प्रेमाने कधी माझ्या खांद्यावर तर कधी पाठीवर हात ठेवत माझी विचारपूस सुरू केली. माझ्या अंगावर भीतीने शहारे आले तर माझा होणारा नवरा मात्र हे सर्व पाहून गालातल्या गालात हसत होता. तो आणि मिठीबाई रात्रीच्या जेवणाची तयारी करण्यात गुंतले होते आणि मी मात्र विनासायास त्याच्या भावंडांच्या तावडीत सापडले होते.

माझ्या भावी नवऱ्याच्या घरी मी शनिवार-रविवार दोनच दिवस राहिले होते, पण त्या दोन दिवसात मिठीबाईने थोडा वेळही माझी पाठ सोडली नाही (दोन्ही अर्थांनी!). त्या घरातून परत जाताना मला शारीरिक व मानसिक दोन्हीरीत्या दमल्यासारखे झाले होते, कारण माझ्या खासगीपणाच्या स्वातंत्र्यावर गदा आली होती आणि या धक्क्यातून सावरण्यासाठी मला किमान एक आठवडा तरी लागणार होता.

काही काळानंतर मी माझ्या नियोजित नवऱ्याशीच विवाहबद्ध झाले आणि पुढे जाऊन दोन गोंडस मुलांची आईही बनले. आता हे दोन गोंडस सैतान माझे व्यक्तिस्वातंत्र्य आणि खासगीपणाचा हक्क हिसकावून घेत असतात पण मला त्यांना दूर ठेवण्याचा उपाय माहीत आहे.

माझ्या या दोन गोंडस सैतानांचे त्यांच्या मिठीआजीबरोबर चांगले सूत जमते. मला या गोष्टीचा आनंद आहे की मिठीबाईने तिचा मोर्चा आता माझ्या मुलांकडे वळवला असल्याने मी तिच्या तावडीतून सुटले आहे आणि मिठीबाईंना या गोष्टीचा आनंद होत नसला तरी समाधान आहे की त्यांना या बर्फाच्या पुतळ्याला (मला) हात लावायला जरी मनाई असली तरी त्या पुतळ्याकडे दुरूनच पाहून प्रेमाने हात हलवू शकतात.

– एडन अर्नेयू

व्यक्ती आणि वल्ली

मला लांब चालत जाणे आवडते, खासकरून ज्या व्यक्तींचा मला खूप राग येतो त्या अशा लांब चालत गेलेल्या मला फार आवडतात.

– फ्रेड एलन

माझा भाऊ स्टीव्ह म्हणजे एक अजब व्यक्ती आहे! अजब अशाकरिता म्हणते की त्याने आत्तापर्यंत तीन लग्ने केली आणि दरवेळी त्याने निवडलेल्या पत्नीमध्ये काही विचित्रपणा आढळल्यामुळे त्याचा घटस्फोट झाला. त्याच्या मते त्याची पहिली पत्नी अत्यंत दुष्ट होती, दुसरी अत्यंत चक्रम होती आणि तिसरी काही कारण न देताच लग्नानंतर थोड्याच दिवसात पळून गेली होती. अशा रीतीने तीन लग्नांचा बोऱ्या वाजल्यानंतर एखाद्या माणसाने परत लग्नाच्या भानगडीत पडायचे नाही असे ठरवले असते परंतु असे असून हा पठ्ठा चौथ्यांदा बोहल्यावर चढायला तयार झाला. तेव्हा त्याने वयाच्या साठीत प्रवेश केला होता. 'साठी बुद्धी नाठी' ही म्हण त्याच्या बाबतीत अगदी खरी ठरली. कारण ही चौथी बायको या अजब व्यक्तीला शोभेशी अजब वल्ली आहे आणि त्या दृष्टीने त्या दोघांचा जोडा अगदी छान शोभतो.

त्याची पत्नी ग्रेसी, दिसायला तशी देखणी आहे, पण अगदीच बुटकी आहे. तिचा आवाज खूप चिरका आहे. एखाद्या माणसाने फळ्यावर खिळा घासून लिहायचा प्रयत्न केल्यावर कसा आवाज येईल अगदी तसा! गंमत म्हणजे आपल्या कमी उंचीमुळे होणारा त्रास वाचवण्यासाठी ती उंच तळवे असलेले मोठे प्लॅटफॉर्म बूट घालून सगळीकडे वावरत असते आणि तोंडाने अखंड बडबड करत असते. आसपास कुणीही नसले तरी ती स्वत:शीच बडबडत असते. तिच्यासारखे अजस्त्र बूट घालून चालणे आपल्याला कधीच शक्य होणार नाही. तशी ग्रेसीसुद्धा हे बूट घालून वावरताना बऱ्याच वेळा धडपडत असते, कधी सोफ्यापाशी अडखळून तर

कधी चालताना पाय सटकल्यामुळे! पण ठक ठक ठक असा बुटांचा आवाज करत ती घरभर हिंडत असते.

तिची आणखी एक गंमत म्हणजे ती स्वत:बद्दल बोलताना स्वत:चेच नाव घेऊन बोलते जसे की ग्रेसीला झोप येते आहे किंवा ग्रेसीला आता भूक लागली आहे. ती आता स्वयंपाकघरात जाऊन काहीतरी खाणार...' मग ती स्टीव्हकडे बघत म्हणते, 'स्टीव्हलासुद्धा भूक लागली आहे का? त्याला काय हवे खायला?' तिचे बोलणे ऐकून आपल्याच नादात बोलणाऱ्या एखाद्या लहान मुलाची आठवण येते आणि मला तिच्यावर ओरडून तिला गप्प करावेसे वाटते आणि म्हणावेसे वाटते, 'अगं बाई, आता तरी वयाने जरा मोठी हो.'

ग्रेसीची आणखी एक समस्या म्हणजे तिला लांबचे अजिबात दिसत नाही आणि लांबचे बघायला चश्मा लागत असूनही तिला तो वापरायला आवडत नाही. ती बाजारात जाते आणि वस्तूंना स्पर्श करून त्या विकत घेते, पण गंमत म्हणजे घरी आल्यावर तिला कळते की तिने चुकून भलत्याच गोष्टी विकत आणल्या आहेत. पण असे असूनही चश्मा न वापरायचा तिचा हट्ट कायम असतो आणि चश्म्याशिवाय नीट दिसत नसल्याने स्वयंपाकघरात तिच्या हातून खूप तूटफूट होते. तिला स्वयंपाकात वेगवेगळे प्रकार करायला आवडतात, पण चश्मा न वापरल्याने ती कुठल्याही पदार्थांत चुकून कुठलेही जिन्नस टाकते आणि भलत्याच चवीचे विचित्र पदार्थ तयार होतात आणि तरीही चश्मा किंवा काँटेक्ट लेन्सेस वापरायला अजिबात तयार होत नाही.

मागच्या उन्हाळ्यातली गंमत! आमच्या आईवडिलांच्या लग्नाच्या वाढदिवसानिमित्त आम्ही सारे ओखालामातल्या त्यांच्या घरी जमलो होतो. प्रत्येक जण घरच्या कामात काही ना काही मदत करत होता. ग्रेसी म्हणाली, ''मी जेवल्यानंतर मागचे आवरीन.'' पण असे करताना तिने सगळ्यांची ताटे त्यांचे जेवण पूर्ण व्हायच्या आधीच उचलून टाकली. कारण? कारण एकच... नीट न दिसणे. आता याला काय म्हणावे?

ग्रेसीला सकाळी खूप लवकर उठायची सवय आहे. ती उठल्यावर सगळ्यांना आपोआप जाग येते, कारण ती आपले अजस्त्र बूट घालून बुटांचा ठक ठक असा आवाज करत घरभर हिंडते आणि मग तोंडाने स्वत:शीच बडबडत राहते. 'ग्रेसीला आज हे कपडे घालावेसे वाटतायंत... ठक ठक ठक... अरे, ग्रेसीने अजून पावडर लावली नाही... ठक ठक ठक... ग्रेसीला कॉफी प्यावीशी वाटते आहे. पुन्हा ठक ठक ठक. सगळ्यात आधी उठून ती स्वत: कॉफी बनवते. पण तिच्या कॉफीची चव भयानक असते म्हणजे अतिशय स्ट्राँग तरी किंवा अगदी पांचट तरी! तिच्या हातची कॉफी प्यावी लागू नये म्हणून पुष्कळ वेळा आम्ही कॉफी फिल्टर लपवून ठेवला तर

ती फिल्टरशिवाय कॉफी बनवते. आम्ही कॉफी लपवली तर ती बरोबर हुडकून काढते. आम्ही स्वयंपाकघरातला नळ खालून बंद केला तर ती बाथरूममधले पाणी वापरून कॉफी बनवते अशा रीतीने आमची प्रत्येक चाल ती निकामी ठरवते. कॉफी केल्यानंतर स्वयंपाकाच्या ओट्याचे रूप तर बघायलाच नको. जिकडे तिकडे कॉफी पावडर सांडलेली. कपात कॉफी ओतताना निम्मी बाहेर सांडलेली. फ्रिजमधून दूध घेताना फ्रिजचे दार अर्धवट उघडे!

कॉफी पिताना तिला करायला आवडणारी गोष्ट म्हणजे पेपर वाचणे- म्हणजे तो नुसता डोळ्यासमोर धरलेला असतो. त्यातले तिला किती दिसत असेल ते त्या पेपरलाच ठाऊक! पण तो वाचायच्या निमित्ताने उलगडून ती घरभर त्याची पाने पसरते आणि त्याचे एक पान स्वयंपाकघरात, दुसरे हॉलमध्ये तर तिसरे पान काढून घेऊन कशासाठी तरी वापरले असते. एकाच पेपरचे जणू शंभर तुकडे झालेले असतात. मग तुम्हाला तो कसा वाचायला मिळेल?

तिच्याबद्दल आणखी काही वाईट गोष्टी सांगाव्याशा वाटत नसल्या तरी नाइलाजाने सांगावी लागणारी आणखी एक वाईट गोष्ट म्हणजे तिला उचलेगिरी करायची सवय आहे, म्हणजे तिच्या नकळतच ते होते. कित्येकदा ती आमच्याकडे आली असताना तिच्या हातून घरातले टॉवेल उचलले जातात आणि तिच्या सुटकेसमध्ये टाकले जातात. पण आपल्या घरी गेल्यावर हे टॉवेल आपल्या घरी कुठून आले हे तिला अजिबात आठवत नाही आणि मग ती ते टॉवेल बाहेर फेकून देते. म्हणूनच ती आल्यावर तिच्या बाथरूममध्ये आम्ही जुने टॉवेल ठेवून देतो म्हणजे तिने ते पळवले तरी त्याचे काही वाटत नाही.

पण त्याचबरोबर आपले काहीतरी सामान विसरून जाण्याचीसुद्धा तिला सवय आहे. कधी कानातले तर कधी आतले कपडे, कधी मेकअपचे सामान तर कधी आणखीन काही....(कदाचित घेतलेल्या टॉवेलच्या बदल्यात हे सामान ती ठेवत असावी.)

अशी ही ग्रेसी! जेव्हा केव्हा स्टीव्ह आणि ग्रेसी आमच्या भेटीला येतात तेव्हा आम्ही त्यांना त्यांच्या गाडीपर्यंत सोडायला जातो ते आम्हाला त्यांच्याबद्दल प्रेम वाटते म्हणून नव्हे तर ते नक्की जात आहेत व परत येणार नाहीत याची खात्री करून घ्यायला!!!

– मेडिसन थॉमस

सासू? नव्हे खाष्ट सासू!

कमजोर व्यक्ती आपली ताकद दाखवण्यासाठी उद्धटपणाचा वापर करते.
– एरिक हॉपर

एखाद्या व्यक्तीचा तिच्या नकळत अपमान कसा करावा हे माझ्या सासूबाईंकडून शिकावे. समोरच्याला लगेच लक्षात येणार नाही अशा छुप्या रीतीने पण अत्यंत तिरकस शब्दात व्यक्तीवर ताशेरे मारण्यात त्या पटाईत आहेत. दुर्दैवाची गोष्ट ही की त्यांचे तिरकस वाग्बाण झेलून झेलून मी घायाळ झाले आहे कारण मला लक्षात यायच्या आत त्या असे वर्मी लागेल असे बाण मारून मोकळ्या झाल्या असतात. खरेतर मी चांगली हुशार आणि पदवीधर आहे पण तरीही त्यांच्या अशा बोलण्यापासून मी स्वत:चा बचाव करू शकत नाही.

तसं म्हणालं तर सासूबाई अशा रीतीने बोलत नाहीत की समोरच्याला आपला मानसिक छळ होतो आहे असे वाटावे किंवा त्यांनी मारलेले शेरे इतकेही वाईट नसतात की समोरच्याने त्यांना वाळीत टाकावे, पण एवढे मात्र खरे की त्यांचे वाग्बाण असे असतात की ते ऐकून ऐकून समोरच्याला वैताग येतो आणि त्याच्या विषारी वाग्बाणांचे मोजमाप केले तर एक ते दहाच्या प्रमाणांमध्ये, त्यांचा विषारीपणा पाच ते सहाच्या दरम्यान असतो. तुमच्या भावना दुखावल्या जातील अशा रीतीने त्या त्यांचे वाग्बाण फेकत असतात. गंमत म्हणजे बोलताना त्या कधीही तुमचा उघड उघड अपमान करत नाहीत तर आपण अगदी सहज संभाषण करतो आहोत असे दाखवून त्या आपल्यावर (विशेषत: माझ्यावर) वार करतात. थोडक्यात असेही म्हणता येईल की त्या माझ्या मऊ स्वभावाचा फायदा घेऊन मला सतत छुपे टोमणे मारतात आणि मला माझी वाईट बाजू दाखवायला भाग पाडतात. सासूबाईंच्या वाग्बाणांची आणखी एक खासियत म्हणजे ते केव्हाही अचानकपणे येऊन तुमच्यावर आदळू शकतात. विशेषत: तुमच्या आसपास तिसरी व्यक्ती नसेल तर असे वाग्बाण तुमच्यावर आदळणार हे नक्की!

एकदा काय झाले की आम्ही दोघे त्यांच्याकडे राहायला गेलो असताना, माझा नवरा व सासरे कुठेतरी बाहेर गेले होते व मलापण त्यांनी त्या ठिकाणी बोलावले होते. मी तिथे जाण्यासाठी तयार होत होते. तितक्यात सासूबाईंनी मला म्हटले, "अगं बाहेर जाताना हॅट घालून जा, थंडी किती पडली आहे माहिती आहे ना?"

मी म्हटले, "माझे केस चांगले दाट आहेत, त्यामुळे माझ्यावर त्या हवेचा परिणाम होणार नाही."

खरेतर बाहेरचे तापमान पन्नास अंश इतके गरम होते आणि माझे बोलणे ऐकून सासूबाई म्हणाल्या, "तुझे केसही कापायला झालेत. ते वाटेल तसे वाढलेत, होय ना?"

आता लग्नाला पंचवीस वर्षे झाल्यानंतर सासूबाईंनी मारलेले वाग्बाण म्हणजे जणू बक्षिसांतली पदकेच असल्याप्रमाणे अभिमानाने मिरवते. त्यांनी सोडलेल्या प्रत्येक वाग्बाणाबरोबर माझे स्वत:बद्दलचे मत अधिक चांगले होत जाते कारण सासूबाईंनी मारलेले बाण कितीही विषारी असोत मी ते समर्थपणे झेलू शकते आणि मुख्य म्हणजे प्रतिवार करण्याचा कितीही मोह होत असला तरी मी तसे करत नाही.

आणखी एक गोष्ट म्हणजे सासूबाईंना आपण एका उच्च पदावर आहोत आणि नेहमी तसेच त्याच उच्चपदावर राहावे असे वाटते. त्यांच्या महिला मंडळातल्या बायका त्यांच्या उदारपणामुळे आणि लोकहितासाठी काम करण्याच्या वृत्तीमुळे त्यांना तसा मान देतातही, पण माझ्याशी बोलतानाही त्या त्यांच्या पदाची जाणीव करून देत असतात. माझे लग्न झाल्यावर मी त्यांना विचारले की 'मी तुम्हाला काय म्हणून हाक मारू?'

"ममा म्हटलंस तर आवडेल." त्या म्हणाल्या.

पण जेव्हा जेव्हा त्या मला फोन करतात तेव्हा मला म्हणतात, "हॅलो, ग्रेशेन, मी तुझी सासू बोलते आहे.' असे बोलताना त्यांनी सासू या शब्दावर नकळत जोर दिलेला मला जाणवतो.

सासूबाईंनी आत्तापर्यंत कधीही मी त्यांना दिलेल्या भेटवस्तूचे कौतुक केले नाही किंवा त्याबद्दल आनंद व्यक्त केलेला नाही. लग्न झाल्यावर सुरुवातीला एकदा मी त्यांच्यासाठी अतिशय सुंदर वेष्टनात गुंडाळलेले महाग सुवासिक साबण आणि लोशन घेऊन गेले. त्या भेटवस्तूची दखल घेऊन त्या निदान दोन कौतुकाचे शब्द माझ्याशी बोलतील अशी माझी अपेक्षा होती परंतु तसे अजिबात घडले नाही. उलट त्या वस्तू पाहून त्यांनी हे काय? अशा अर्थाने खांदे उडवले. त्यानंतर अर्ध्या तासानंतर त्यांच्या मैत्रिणी आमच्या घरी जमल्या होत्या. त्यांच्यासमोर माझ्या सासूबाई म्हणाल्या, "एक गोष्ट मी अजिबात वापरू शकत नाही. ती म्हणजे सुवासिक साबण आणि लोशन कारण मला त्याची भयंकर ॲलर्जी आहे."

मी ते ऐकतच राहिले. सासूबाईंनी असे का केले, त्यांच्या ॲलर्जीबद्दल त्या पूर्वी कधीही का बोलल्या नाहीत किंवा मी ती भेट त्यांना दिल्यावर त्या मला ही गोष्ट

सांगू शकल्या असत्या, पण त्यांनी तसे का केले नाही कुणास ठाऊक?

मला दुखवायची त्यांची आणखी एक पद्धत म्हणजे, 'माझ्याकडून तुला काहीही मिळणार नाही.' हे न दाखवता तुला काय हवे ते माग असे म्हणून ते कधीच न देणे.

बरीच वर्षे एकत्र राहिल्यावर आम्ही वेगळे झालो व आमच्या एकमेकींच्या भेटीगाठी वरचेवर होणे बंद झाले. परंतु नाताळ किंवा माझ्या वाढदिवसाच्या वेळी त्यांची फोन करायची पद्धत अशी असते, 'हॅलो, तुझ्या सध्याच्या कपड्यांचा साइझ काय आहे?' अशी सुरुवात करून त्या माझ्याशी बोलायला सुरुवात करतात. मग मी त्यांना म्हणते, मला हल्ली तयार कपडे नीट बसत नाहीत कारण लग्नानंतर वीस-पंचवीस वर्षांत माझी जाडी वाढली आहे. त्यावर त्या त्यांच्या नेहमीच्या खोचक शैलीत काहीतरी बोलतात तेव्हा त्याकडे दुर्लक्ष करून मी स्वत:कडे कमीपणा घेत स्वत:च्या वाढलेल्या वजनाला नावे ठेवते.

मग सासूबाईंचा पुढचा प्रश्न असतो, 'तुला दुसरी एखादी भेट देऊ काय?' त्यांनी हा प्रश्न मला बरेचदा विचारला आहे. तरीही त्यांनी मला आत्तापर्यंत काहीच भेट दिले नाही. कधी मी त्यांच्याकडील एखाद्या वस्तूचे कौतुक केले तर त्या म्हणतात, नाताळच्या वेळी मी तुला ती वस्तू भेट म्हणून देईन. पण तो नाताळ अद्यापि उगवलेला नाही.

सासूबाईंना असलेली आणखी एक वाईट सवय म्हणजे समोरच्याला आपले बोलणे पूर्ण न करू देता अचानक गाडी दुसऱ्या विषयावर वळवणे. कधीतरी अचानक त्या मला असलेल्या अनेक छंदांत स्वत:लाही गोडी असल्यासारखे दाखवतात आणि मी पाळलेल्या मांजराबद्दल वगैरे मला विचारतात, 'काय म्हणतेय तुझी मांजर?'

माझ्या मांजरावर माझे अतोनात प्रेम असल्याने मी तिच्याविषयी मोठ्या उत्साहाने भरभरून बोलायला सुरुवात करते, तितक्यात माझे वाक्य अर्धवट तोडून त्या भलत्याच विषयावर बोलू लागतात. मग मला कळते की माझ्या मांजराची चौकशी त्यांनी केवळ एक उपचार म्हणून केली होती.

जेव्हा माझे लग्न झाले तेव्हा माझ्या सासूवर मी भरभरून प्रेम करेन व माझी सासूही माझ्यावर तसेच प्रेम करेल अशी माझी अपेक्षा होती. त्यामुळेच मी सासूबाईंनी केलेले अपमान मनावर घेतले नाहीत. मी आशा करत राहिले की सासूबाईंना मी आवडू लागेल आणि त्या मला योग्य तो मान देतील. पण तसे घडलेच नाही. मात्र एका गोष्टीचे मला समाधान आहे की त्या जरी माझा अपमान करत असल्या तरी मी त्यांचा उलट अपमान केलेला नाही, पण नेहमी स्वत:ला सावरत उभी राहिले.

आणि त्यामुळेच आमच्या घरातली शांती टिकून राहिली.

— ग्रेशेन बॉउर

मधले मूल

मनातील सर्व नकारात्मक भावना म्हणजे स्वत:च्या मर्यादित क्षमतांमुळे स्वत:चा बचाव करण्याचा किंवा स्वत:चे समर्थन करण्याचा आभास होय.

– अँबिका वूटर्स

नकटे व्हावे पण धाकटे होऊ नये ही म्हण सर्वांनाच परिचयाची आहे. पण पुढील कहाणी वाचल्यावर 'मधले' होऊन काय साधले असा प्रश्न प्रत्येकाला पडेल. का? तर मग वाचा माझ्या नवऱ्याचीच कहाणी –

सुमारे दोन महिन्यांपूर्वीची गोष्ट! माझ्या सासूसासऱ्यांचा माझ्या नवऱ्याला फोन आला की 'आम्ही तुझ्याकडे राहायला येत आहोत.' हे सांगताना डॉनचा (माझ्या नवऱ्याचा) चेहरा आनंदाने फुलला होता.

खरंतर डॉनने त्याच्या आईवडिलांना बऱ्याच वेळा आग्रहाने 'आमच्याकडे या' म्हणून बोलावले होते. परंतु आमचे लग्न होऊन चार वर्षे उलटली होती तरी त्यांचा आमच्याकडे येण्याचा योग आला नव्हता. आतासुद्धा ते आमच्याकडे येणार होते ते एका कारणामुळेच! त्यांना कुठल्यातरी लग्नाला जायचे होते आणि तो लग्न समारंभ अॅचरिझोना येथे, म्हणजे आमच्या घरापासून जवळच्या ठिकाणी होता आणि त्या निमित्ताने त्यांनी त्यांच्या दोन्ही मुलांना भेट देण्याचे ठरवले होते. डॉनचा मोठा भाऊ जिम याचे लग्न अजून झाले नव्हते व तो एका कुटुंबात 'पेइंग गेस्ट' म्हणून राहून नोकरीच्या शोधात होता.

डॉनने आणि मी मोठ्या उत्साहाने त्याच्या आईवडिलांचे स्वागत केले. पण थोड्याच वेळात डॉनचा आईवडिलांबद्दलचा उत्साह पार मावळला कारण त्यांनी प्रत्येक गोष्टीबद्दल तक्रार सुरू केली. कसाबसा एक दिवस पार पडला अन् दुसऱ्या दिवशी त्यांचा दुसरा मुलगा जिम त्यांना भेटण्यासाठी आला अन् काय आश्चर्य! त्याला पाहताच सासूसासऱ्यांचा नूरच पालटला. इतका वेळ सगळ्यांबाबत तक्रार

करून आमच्या दोघांशी रागाच्या स्वरात बोलणारे ते दोघे आता जिमशी मात्र हास्यविनोद करत बोलू लागले. त्यांच्या दृष्टीने जिम म्हणजे अत्यंत हुशार व हजरजबाबी मुलगा होता! तर डॉनला त्यांनी 'बिनडोक' असे लेबल लावले होते. जिमच्या कुठल्याही मूर्खपणाच्या विधानालाही त्याचे आईवडील 'किती छान' किंवा 'अगदी बरोबर!' असे म्हणून तारीफ करत होते तर डॉनच्या बोलण्याकडे चुकून (?) दुर्लक्ष केले जात होते.

आल्यापासून जिम सोफ्यावर फतकल मारून बसला होता आणि पुढ्यातले वेफर्स बकाबका खात टीव्हीवरील खेळाचे चॅनेल पाहत बसला होता. मधूनमधून तोंडाने विचित्र आवाजात ढेकर देत होता आणि खेळाबद्दलच्या मोठमोठ्या बाता मारत होता. त्याचे बोलणे ऊर्फ बाता माझे सासूसासरे अगदी मन लावून ऐकत होते. बिच्चारा डॉन! त्याचे बोलणे ऐकण्यात कुणालाही रस नव्हता.

रात्रीच्या जेवणाची तयारी करण्याच्या बहाण्याने मी स्वयंपाकघरात पळाले. खरेतर रागाच्या भरात मी काहीतरी वेडेवाकडे बोलून जाईन अशी मला भीती वाटली होती. दुर्दैवाने सासूबाई माझ्यापाठोपाठ आत आल्या. खरंतर मला त्यांना व माझ्या सासऱ्यांनाही त्यांच्या नावाने एकेरीपणे संबोधायला काहीही वावगे वाटणार नाही कारण ती दोघे आमच्याशी जसे वागली त्यामुळे मला त्यांच्याबद्दल काडीइतकाही आदर वाटत नाही.

हं, तर काय सांगत होते की माझ्यापाठोपाठ कॅरेन आत आली आणि मला कुठलीही मदत हवी का हे विचारणे तर दूरच, पण स्वयंपाकघरातील प्रत्येक गोष्टीला आणि पदार्थालाही नावे ठेवू लागली. मग तिने मला विचारले, "चिकनच्या आतमध्ये काय सारण भरणार आहेस?"

"उन्हात वाळवलेले टोमॅटो, मॉझरेला चीज आणि फेटा चीज."

हूं! मला खरंतर कशातही फेटा चीज घातलेलं आवडत नाही, पण आता खावं लागणार असं म्हणत, चेहरा वेडावाकडा करत तिने दहाव्यांदा आपल्या कपात चहा ओतला आणि परत बाहेरच्या गप्पांच्या मैफिलीत सामील झाली.

मी सुटकेचा नि:श्वास सोडला. ती स्वयंपाकघरातून निघून गेल्याने मी आनंदाच्या भरात चिकनमध्ये मन लावून सारण भरले.

जेवणाच्या वेळीही कॅरेन व माईक (माझे सासरे) आणि जिम यांच्या गप्पा आणि हसणे खिदळणे सुरू होते. आम्ही दोघेही तिथे हजर आहोत हे त्यांच्या खिजगणतीतही नव्हते. डॉन काही बोलला तर त्याला प्रत्युत्तर म्हणून मीच काहीतरी बोलत होते.

त्यानंतरचा सर्व आठवडा असाच कसातरी पार पडला. कॅरेनला मला टोमणे मारल्याशिवाय आणि त्यांच्या मोठ्या, लग्न न झालेल्या व बेकार असलेल्या मुलाचे कोडकौतुक करण्याशिवाय तिसरा उद्योग नव्हता.

भरीत भर म्हणून त्यांनी धाकटी सुकन्या (?) दर दोन–तीन तासांनी आईवडिलांना फोन करून त्यांची खुशाली विचारत होती. त्यामुळे डॉनच्या वाट्याला आईवडिलांचे थोडेसुद्धा प्रेम किंवा कौतुक येत नव्हते.

जेव्हा हे भयानक दुःस्वप्न संपले व कॅरेन आणि माईक त्यांच्या घरी निघून गेले त्यानंतरही डॉनचा मूड खराबच होता. तो खूप हळवा झालेला वाटत होता. त्याने मला विचारले, "का गं ते माझ्याशी असे वागतात?"

"त्यांची वृत्तीच तशी आहे. तू मनाला लावून घेऊ नकोस." मी म्हणाले आणि प्रेमाने त्याचा हात हातात घेत त्याला म्हणाले, "मला तुझा अभिमान वाटतो." त्याने आश्चर्याने भुवया उंचावल्या. "मुलगा म्हणून तू त्यांच्याबाबतच्या कर्तव्यात कुठेही कसूर ठेवली नाहीस." मी म्हणाले.

हे सर्व वाचून तुम्हाला अतिशयोक्ती वाटेल कदाचित, पण मला सारखे या गोष्टीचे नवल वाटते की एक आईवडील आपल्या मुलांमध्ये इतका भेदभाव कसा करू शकतात? का ही गोष्ट लक्षात येऊनही त्यांना त्याचे काहीच वाटत नाही.

कारण काहीही असो. आपल्या आईवडिलांचे लक्ष आपल्याकडे वेधण्यासाठी डॉनचा कल प्रत्येक गोष्ट चांगल्या तऱ्हेने करण्याकडे झाला व त्याची परिणती म्हणून तो आज एक खूप चांगला माणूस बनला आहे व हाती आलेली प्रत्येक कामगिरी तो उत्कृष्टरीत्या तडीस नेतो.

आणि त्याच्या आईवडिलांना नसली तरी मला या गोष्टीची पूर्ण जाणीव आहे.

– ॲव्हिरी शेपर्ड

मावशीच्या भेटवस्तू

एखाद्या गोष्टीकडे कृतज्ञतापूर्वक पाहणे ही सर्वांत चांगली गोष्ट आहे.
– निनावी

नोव्हेंबरच्या महिन्यात 'थँक्स गिव्हिंग'चा सण आटोपला की ख्रिसमसचे वेध लागण्याच्या सुमाराला आमच्या कुटुंबातील व्यक्तींच्या चेहऱ्यावर भीती आणि उदासीचे सावट पसरे. आम्हाला सण साजरे करायला आवडत नसे असे अजिबात नाही, पण सण म्हटला की देवाणघेवाण आली आणि आम्ही सर्वांनाच आनंदाने भेटवस्तू देत असू पण आमच्या 'बेडी मावशीकडून' आलेल्या भेटवस्तू स्वीकारणे म्हणजे खरोखरच एक धर्मसंकट होते.

खरंतर माणूस म्हणून 'बेडी मावशी' अतिशय चांगली होती. पण स्वभावाने जरा विचित्र होती आणि कुठल्याही गोष्टीची अतिशयोक्ती करायची तिला भारी सवय! या सवयीमुळेच ती बरेचदा थापा मारत असे. एकदा तिने म्हटले की 'एका बँकेत दरोडा पडणार होता पण माझ्या एकटीच्या प्रयत्नांनी मी त्या दरोडेखोराला तसे करू दिले नाही आणि पोलीस येईपर्यंत त्याला मी माझ्या ताब्यात पकडून ठेवले होते.' तर एकदा ती आमच्या घरी आली असताना मुलांच्या वरच्या मजल्यावरच्या खोलीतून खाली धावत आली आणि म्हणाली, 'अगं, तुमच्या मुलांच्या कपाटातल्या जमिनीवर केवढे मोठे भोक पडले आहे.' आणि त्या भोकांतून मुलं खाली पडतील ना!' आम्ही नुसते ऐकतच राहिलो. हे शक्य तरी होते का? भोक खरेच असते तर ते आम्हाला दिसले नसते का? 'तुमच्या हॉलच्या कोपऱ्यातून शेजारच्या घरांतले बोलणे स्पष्ट ऐकू येते' असे ती शपथेवर सांगत असे. मी माझ्या कुत्र्याशी बोलते आणि माझा कुत्रासुद्धा माझ्याशी गप्पा मारतो असेही ती सांगत असे. एक ना दोन अशा कितीतरी धडधडीत खोट्या गोष्टी ती आम्हाला ऐकवायची. खोटे बोलण्यात तिला काय आनंद मिळत असे देवच जाणे!

बेडी मावशीची भेटवस्तू देण्याची तऱ्हाही न्यारीच! खरेतर भेटवस्तू देणे या प्रकाराला तिने एका वेगळ्याच म्हणजे खालच्या पातळीवर नेऊन बसवले असे म्हटले तरी चालेल. कुणालाही भेटवस्तू देताना ती त्या व्यक्तीस उपयोगाची व्हावी इतका साधा विचारही तिच्या मनात येत नसे. माझ्या पाच आणि आठ वर्षे वयाच्या मुलांना तिने वाढदिवसाची भेट म्हणून चक्क कपडे अडकावयाचे हँगर दिले. आता ते या दोन मुलांना काय कामाचे? पण मी त्यांचा चांगला उपयोग केला. कसा माहीत आहे? ते दोन हँगर एका दोरीवर थोड्या लांब अंतरावर टांगून मी त्या दोन्ही हँगरमधून आरपार जाणारी एक लांब चादर घातली व मुलांसाठी त्याचा खेळण्यातला तंबू तयार केला. आहे की नाही गंमत?

माझ्या नवऱ्याच्या एका वाढदिवसाला तिने रात्री घालण्यासाठीचे दोन सैलसर शर्ट भेट दिले. ते खरोखरच खूप छान होते आणि आम्हाला ते आवडलेदेखील. पण त्यांचा साइझ मात्र अगदी छोटा होता. पंधरा-सोळा वर्षांच्या मुलांना होईल इतका! त्यामुळे ते वापरता येणे केवळ अशक्यच होते. माझ्या मुलांसाठी ते ठेवण्यातही काही अर्थ नव्हता म्हणून आम्ही ते शर्ट अनाथ मुलांना दान करून टाकले. ती मुलं नक्की खूश झाली असतील.

एका वर्षी तिने आम्हाला बोलणारे गजराचं घड्याळ भेट दिले. ह्या घड्याळात नेहमीप्रमाणे घड्याळाकडे पाहून वेळ समजायची सोय नव्हती तर आत बसवलेल्या डिजिटल स्वरयंत्रामुळे किती वाजले हे मोठ्या आवाजात ऐकू यायचे, पण हे घड्याळ फक्त रशियन भाषेत बोलायचे, त्यामुळे आम्हाला त्याचा काहीही उपयोग झाला नाही.

आपल्या जवळच्या प्रेमळ व्यक्तीला, तू आणलेल्या भेटवस्तू आमच्या उपयोगाच्या नसतात असे कसे सांगता येईल? आणि तसे करणे योग्यही नसते. बऱ्याचदा आम्हाला एखादी भेटवस्तू दिल्यानंतर आम्ही ती उघडेपर्यंत बेडी मावशी आमच्या पुढ्यातच येऊन बसे. केवळ आम्ही थँक्यू म्हटल्याने तिचे समाधान होत नसे तर आम्ही त्या भेटवस्तूचे पूर्ण कौतुक करावे अशी तिची अपेक्षा असे. मग मी तिला बरे वाटावे म्हणून तिच्या भेटवस्तूंची खोटीखोटी तारीफ करत असे.

मात्र बेडी मावशी जेव्हा पंच्याहत्तरीच्या पुढे पोहोचली तेव्हा तिने दुकानात जाऊन खरेदी करणे बंद केले. त्यामुळे तिच्याकडून येणाऱ्या निरुपयोगी वस्तू घरात येणे बंद झाले. पण मग तिने दुसऱ्या प्रकारे आम्हाला भेटवस्तू देणे सुरू केले. तिच्या घरात तिला न लागणाऱ्या गोष्टी ती आम्हाला भेट म्हणून देऊ लागली. तिच्या घरची जास्तीची कुठेतरी थोडासा पोचा पडलेली भांडी, एकसारख्या नसलेल्या प्लेटा, झाकण नसलेले डबे किंवा अ‍ॅश ट्रेसारख्या वस्तू (ज्यांच्यामुळे आमच्या घरातली अडगळ वाढू लागली) भेट म्हणून येऊ लागल्या. पण या सर्वांत जास्त उठून दिसणारी गोष्ट म्हणजे तिने दिलेले दागदागिने! ती खोटे दागिने वापरायची आणि आम्हालाही ते माहीत होते. पण आम्हाला माहीत असल्याचे मात्र तिला माहीत नव्हते. मात्र आपले सर्व दागिने खरे आहेत असे ती भासवायची. तिने दिलेले कानातले मोठे डूल (जे खऱ्या माणकांचे आहेत असे तिने सांगितले होते), रत्नजडित (खोटी) हेअरपिन्स आणि इतरही अशाच प्रकारच्या दागिन्यांना मी चक्क कचऱ्याच्या टोपलीत टाकून दिले, कारण असे भडक बटबटीत दागिने कोणालाच वापरणे शक्य नव्हते.

दुर्दैवाने बेडी मावशी आता या दुनियेत नाही. काही महिन्यांपूर्वीच तिचे निधन झाले. पण तिची जागा आता तिच्या मुलीने इथेलने म्हणजे माझ्या मावसबहिणीने घेतली आहे. आता इथेल आपल्या आईचा खजिना धुंडाळण्यात गुंतली आहे. आईच्या कपाटात किंवा ड्रॉवरमध्ये मिळणाऱ्या वस्तू ती आम्हाला तुमच्या मावशीच्या 'प्रेमाची आठवण' म्हणून देत असते. आता माझी मुले मोठी झाली आहेत. त्यांचे स्वतंत्र संसारही सुरू झाले आहेत. तरीपण या वर्षीच्या ख्रिसमसला मावशीची खास भेट म्हणून इथेल काय घेऊन येईल याची त्यांना चिंता वाटते आहे. मीपण त्याच विचारात गढले आहे. पाहू या येत्या ख्रिसमसला इथेल आमच्या पुढ्यात काय वाढणार आहे ते!

– मॅंडी सॉन

जशास तसे

एका नाताळच्या वेळी मी माझ्या मुलांना भेटवस्तू म्हणून बॅटरींचा संच दिला आणि त्यावर चिठ्ठी अडकवली – 'या बरोबरचे खेळणे मोफत मिळणार नाही.'

– बर्नार्ड मॅनिंग

या गोष्टीला बरीच वर्षे झाली. त्या वेळी नुकताच माझा साखरपुडा झाला होता. तेव्हा इलेनॉर (माझी सासू) म्हणाली होती, 'अजिबात काळजी करू नकोस हं, मी कुठलाही खेळ खेळत नाही.' मला ते ऐकून जरा विचित्र वाटले होते. हे एकदमच तिने खेळाबद्दल काय बोलणे सुरू केले म्हणून!

माझ्या चेहऱ्यावरचे गोंधळलेले भाव बघून इलेनॉर म्हणाली, 'मी हेड गेम्स खेळत नाही (याचा अर्थ मी कुणावरही दादागिरी करत नाही).'

तिच्या वक्तव्याने मी जरा पेचात पडले आणि थोडीशी अस्वस्थही झाले. कारण मी ज्या कुटुंबातून आले होते त्या कुटुंबातील सर्व माणसे साधी, सरळ व आतून बाहेरून एक अशा वृत्तीची होती.

पण इलेनॉरच्या कुटुंबाबद्दल म्हणायचे झाले तर ते सर्व जण इलेनॉरच्याच तालावर नाचणारे होते आणि तरीही इलेनॉर म्हणत होती की मी कुणावरही दादागिरी करत नाही. इलेनॉर म्हणेल ती पूर्व दिशा असा प्रकार होता आणि समजा एखाद्याने तिच्या म्हणण्याला विरोध केला तर त्याला शिक्षा म्हणून ती एखादी कडवी इ-मेल पाठवी किंवा अगदी थंडपणाची वागणूक देई. पण माझ्या दृष्टीने तिच्या भयानक शिक्षेचा प्रकार म्हणजे 'नाताळच्या वेळी देताना मुद्दामहून एखादी वाईट भेटवस्तू देणे' हा होता आणि हा प्रकार तेव्हा सुरू झाला जेव्हा आमच्या लग्नानंतर दोन वर्षांनी इलेनॉरच्या दुसऱ्या मुलाचे लग्न नतालीबरोबर झाले तेव्हा!

इलेनॉरला ती मुलगी आपल्या मुलाची बायको म्हणून मुळीच पसंत पडली

नव्हती. म्हणून कुटुंबातल्या प्रत्येकाने नतालीला टाळायला सुरुवात केली, पण मी मात्र तसे केले नाही कारण मी तिला कधी भेटलेच नव्हते. तिला न भेटताच ती मला आवडते की नाही हे मला कसे सांगता आले असते? मी इलेनॉरची री ओढून नतालीला नावे ठेवली नाहीत.

या गोष्टीचा राग इलेनॉरला आला असावा. कदाचित म्हणून की काय नाताळच्या वेळी तिने मला भेट म्हणून दिलेली वस्तू जरा अजबच होती.

तिने मला भेट म्हणून दिलेली वस्तू उघडून पाहताना तिची धूर्त नजर माझ्यावर खिळली होती.

मी उघडून पाहिले तर आतमध्ये बंद गळ्याचा रुंद कॉलरचा राखाडी रंगाच्या लोकरीचा अतिशय ढगळा कुर्ता होता. माझ्या मापाच्या चौपट तरी असेल... तीन माणसे आणि त्यांच्या कुटुंबातला एखादा पाळीव प्राणी सहज आतमध्ये सामावेल इतका मोठा, घेरदार तंबूसारखा!

मी त्या भेटवस्तूकडे पाहत असताना तिच्या डोळ्यात एका वेगळ्याच आनंदाची चमक दिसल्याचे मला जाणवले आणि पाठोपाठ दुधात माशी पडावी आणि आपला विरस व्हावा तसा तिचा शेरा ऐकू आला, "अगं, ही भेटवस्तू मी तुझ्यासाठी का निवडली माहितेय? मला वाटले की तुझ्यामध्ये आणि या भेटवस्तूमध्ये खूप साम्य आहे म्हणून!" आहे की नाही विचित्र?

तरीपण माझ्यापेक्षा नतालीला देण्यात येणाऱ्या भेटवस्तू आणखीनच विचित्र असायच्या. इलेनॉर दर नाताळच्या वेळी नाताळचे दृश्य दाखवणारा चिनीमातीचा सेट तिच्या मुलांच्या घरी पाठवत असे. एका नाताळच्या वेळी तिने नतालीच्या वाढदिवसासाठी म्हणून पाच डॉलरची कचराकुंडी त्या सेटबरोबर पाठवली. बिच्चारी नताली! खूप रडली होती तेव्हा ती भेटवस्तू पाहून.

इलेनॉरला कोणाला काय भेटवस्तू द्याव्यात हे कळत नव्हते असे नाही. जे कोणी तिच्या हो ला हो करत नसत किंवा जे तिच्या अहंकाराला खतपाणी घालत नसत अशा व्यक्तीना ती मुद्दामहून वाईट भेटवस्तू द्यायची, पण याउलट ती ज्यांच्यावर खूश असे त्यांना ती चांगल्या महागड्या भेटवस्तू देत असे. समजा काही कारणाने तिची तुमच्यावरची मर्जी बिघडली तर समजून चालायचे की तुम्हाला पुढच्या नाताळात मिळणारी भेटवस्तू काहीतरी 'हटके' असणार म्हणून! किंवा ती तुमच्या मुलांना काही खास वाईट प्रकारची भेटवस्तू द्यायला मागेपुढे पाहणार नाही.

एका वर्षी तिने दिलेली भेटवस्तू काय आहे हे मला समजले नाही. तिने मला एक छोटा चौकोनी बॉक्स दिला होता व त्यावर भुरभुरणाऱ्या बर्फाचे चित्र होते. हे काय आहे ते मला समजेना. कशासाठी तरी झाकण म्हणून वापरायचे की चहाच्या कपाखाली ठेवायचे 'टी कोस्टर' म्हणून वापरायचे? की छोटेसे वॉल हँगिंग म्हणून

भिंतीवर अडकवायचे? मी सगळ्यांना दाखवून नक्की काय आहे ते ओळखा म्हणून कोडे घातले. अर्थात कुणालाही ती भेटवस्तू नक्की काय आहे ते समजले नाही.

तिने दिलेल्या भेटवस्तूसाठी तिला धन्यवादाचे पत्र लिहिताना मी म्हटले, 'तुम्ही पाठवलेल्या भेटवस्तूमुळे मला आम्ही पूर्वी ज्या थंड हवेच्या ठिकाणी राहत होतो त्याची आठवण झाली.'

नंतर मला असे कळले की नतालीने इलेनॉरला भेटवस्तू मिळाल्यानंतर जे पत्र लिहिले होते त्यात म्हटले होते की 'ही कचरापेटी पाहून मला तुमची आठवण होते.'

आम्हाला कळून चुकले की इलेनॉर आयुष्यात पुन्हा कधीही नतालीला कोणतीही भेटवस्तू देणार नाही. नतालीने सासूबाईंवर अशा रीतीने सूड उगवला होता तर!!

– टी. पॉवेल प्रीस

एका बाहुलीचा प्रवास

ख्रिसमस केवळ आपल्याला मिळालेल्या भेटवस्तू उघडण्यापुरता नसतो तर आपल्या ह्रदयीचे मनोगत व्यक्त करण्याकरतासुद्धा असतो.

– जेनिस मेडिटेरे

माझ्या मम्मीचे नाव मर्लिन! तिला नाना प्रकारच्या बाहुल्या गोळा करायचा छंद होता आणि तिच्याकडच्या काचेच्या कपाटात तिने या वेगवेगळ्या बाहुल्या एकत्र करून ठेवल्या होत्या. आल्यागेल्यांना या कपाटातल्या बाहुल्या दाखवताना तिला एक वेगळाच आनंद मिळत असे. एकदा थँक्स गिव्हिंग डे च्या दिवशी माझ्या मम्मीने मला, माझा नवरा माईक तसेच माझी सासू मेरी हिला जेवायला बोलावले होते. त्या दिवशी माझ्या मम्मीने गोळा केलेल्या बाहुल्या मेरीने पाहिल्या आणि ती थक्कच झाली. मग आम्ही घरी आल्यावर तिने तिची लहानपणीची बाहुली ठेवलेला बॉक्स काढला आणि तो माझ्या मम्मीला देण्यास सांगितले. माझ्या मम्मीने तो बॉक्स उघडून पाहिला आणि ती थक्कच झाली कारण ती बाहुली अगदी मोडक्या अवस्थेत होती. तिचे अंग पूर्ण खिळखिळे झाले होते आणि तिच्या अंगातला कापूस अर्धवट बाहेर आला होता आणि निम्म्याहून अधिक डोक्यावरचे केस गळून गेले होते. मूळचे सुंदर गोजिरवाणे रूप जाऊन ती आता अगदी विद्रुप आणि कुरूप दिसत होती.

मर्लिनने ती बाहुली दुरुस्त करून घेऊन आपल्या संग्रहात ठेवावी असे माझी सासू मेरी हिला वाटले असावे. पण मर्लिनने ती बाहुली उचलली आणि आपल्या घरातल्या माडीवरच्या अडगळीच्या कपाटात टाकून दिली. याच कपाटात माझ्या लहानपणाची कितीतरी खेळणी पडून राहिली होती. गंमत म्हणजे त्यानंतर सहा वर्षांमध्ये त्या बाहुलीच्या जागा एका कपाटातून दुसरीकडे अशा कितीतरी वेळा बदलल्या गेल्या, पण तिला कुणीही कचऱ्याची वाट दाखवली नाही. मागच्या ख्रिसमसची गोष्ट! मी आणि माईक माझ्या आईवडिलांच्या घरी गेलो होतो. ख्रिसमस ट्रीखाली आमच्या नावाचा

एक मोठा बॉक्स ठेवलेला दिसला. माझी नजर त्या बॉक्सकडे गेल्यावर मम्मीने पुन्हा पुन्हा म्हटले, ''अगं, त्या दुकानात ही वस्तू केवळ शेवटची म्हणून शिल्लक होती आणि ती तुम्हाला आवडली नसेल तर मी ती ठेवून घ्यायला तयार आहे.''

त्या बॉक्समध्ये नक्की काय असेल याचा मी विचार करू लागले. सँडविच टोस्टर, फूड प्रोसेसर की आमच्या स्वयंपाकघरात न वापरली जाणारी एखादी वस्तू? शेवटी माईकनेच तो बॉक्स उघडला आणि प्लास्टिकच्या कागदात गुंडाळलेली वस्तू बाहेर काढली. तिच्या बाह्य आकारावरूनच मी ती वस्तू म्हणजे बाहुली असल्याचे ओळखले. पण माईकचा चेहरा मात्र कोराच होता. आपल्याला भेट म्हणून बाहुली का दिली असावी हे त्याला कळले नाही. पण त्याने ओळखले की त्याला दिलेली बाहुली तीच होती, जी त्याच्या आईने माझ्या आईला भेट म्हणून दिली होती. मी पाहतच राहिले कारण त्या बाहुलीचा कायापालट झाला होता. एका कळकट विद्रुप मोडक्या बाहुलीचे रूपांतर एका सुंदर, आकर्षक आणि मनमोहक बाहुलीमध्ये झाले होते. तिच्या चेहऱ्यावर तकाकी आली होती. उघडझाप करणाऱ्या भुऱ्या डोळ्यांमध्ये चैतन्य जाणवत होते. काळ्या कुरळ्या केसांची महिरप चेहऱ्याचे सौंदर्य आणखीनच खुलवत होती. वाटत होते की केव्हाही हिचे ओठ हलतील आणि ती काहीतरी बोलायला लागेल.

माझ्या मम्मीच्या मैत्रिणीच्या आईला बाहुल्या दुरुस्त करायचा छंद होता. तिने ही बाहुली एक आव्हान म्हणून स्वीकारले व तिच्याकडूनच मम्मीने ती बाहुली दुरुस्त करून घेतली होती. ख्रिसमसच्या दुसऱ्या दिवशी आम्हाला माईकच्या आईवडिलांच्या घरी जेवायला बोलावले होते. 'ती बाहुली माझ्या मॉमला दाखवून आपण तिला सरप्राईझ करू या' असे माईक म्हणाला. त्याने त्याच्या मॉमला ती बाहुली दाखवत म्हटले, मर्लिनकडून 'आम्हाला मिळालेली ही ख्रिसमस गिफ्ट'! ही आपणच मर्लिनला दिलेली बाहुली आहे हे मेरीने लगेच ओळखले. माईकच्या हातातून तिने ती बाहुली काढून घेतली आणि तिला प्रेमाने घट्ट कवटाळत ती म्हणाली, 'ही तर माझी लाडकी सानुली...' हो ना?' तिच्या डोळ्यांत पाणी आले होते. मग कितीतरी वेळ ती त्या बाहुलीचे कौतुक करण्यात आणि तिला निरखण्यात दंग झाली होती. काही वेळाने ती म्हणाली, 'सानुली दमली असेल आता, तिला परत तिच्या गादीवर झोपव.' मी आणि माईकने एकमेकांकडे पाहिले. आपण ती बाहुली मेरीला ख्रिसमसची भेट म्हणून दिली आहे असा तिचा गैरसमज झाल्याचे मला वाटले आणि ती बाहुली आपण मेरीला कायमची देऊन टाकली हे माझ्या मम्मीला समजल्यावर तिची प्रतिक्रिया काय होईल याची कल्पनाच करवेना. मेरीकडून ती बाहुली परत कशी मागायची याचा मला मोठा प्रश्न पडला. खरेतर माझ्या मम्मीनेच प्रयत्न करून त्या बाहुलीला नवजीवन दिले होते आणि त्या पुनर्जीवित केलेल्या बाहुलीवर तिचा जीव जडला असला तरी तिने ती बाहुली आम्हाला भेट दिली होती. म्हणूनच ती तिच्या संग्रहात परत ठेवायला द्यायची असे मी ठरवले होते

पण प्रसंगाला आता वेगळीच कलाटणी लागली होती.

'बाहुलीला तात्पुरते इकडेच राहू दे. बघू मॉम आपणहून काय म्हणते ते.' असे माईक म्हणाल्यामुळे बाहुलीला मेरीच्या घरी तसेच सोडून आम्ही घरी परतलो.

दुसऱ्या दिवशी आम्ही तिच्या फोनची वाट पाहिली. पण मेरीचा फोन आला नाही. त्यानंतर आम्ही बरेच दिवस वाट पाहिली. शेवटी एक दिवस माईकनेच तिच्या समोर विषय काढला आणि ती बाहुली मर्लिनने आम्हाला भेट दिली होती असे स्पष्ट शब्दांत सांगितले. तेव्हा मेरीने चक्क बोलणेच फिरवले आणि ती म्हणाली, 'माझी लहानपणाची बाहुली मी बरी कुणाला देईन? मी ती मर्लिनला फक्त दुरुस्तीकरिता दिली होती.' ती असे म्हणाली खरी, पण आम्हाला तिघांनाही ती असे म्हटल्याचे आठवत नव्हते.

आता बाहुलीवर खरा हक्क कुणाचा? यावर आमची चर्चा सुरू झाली. मेरीच्या दृष्टीने ती बाहुली म्हणजे तिच्या बालपणीच्या सुखद आठवणींचा खजिना होता. आणि तिने तिचे हरवलेले बालपण परत मिळवून दिले होते. मर्लिनच्या दृष्टीने ती बाहुली म्हणजे तिच्या संग्रहातले एक अनमोल रत्न होते कारण तिच्या मैत्रिणीच्या आईने आपले सर्व कसब पणाला लावून तिच्यामध्ये जीव ओतला होता. दोघी जणी बाहुलीशी भावनात्मकरीत्या जोडल्या गेल्या होत्या. माईकला त्या दोघींच्या भावनांची कदर होती आणि हा पेच कसा सोडवता येईल यासाठी त्याचे प्रयत्न सुरू होते. अर्थात जसजसे दिवस जात होते तसतसे या प्रश्नाबाबत आमचे फारसा विचार करणे आपोआप कमी होत गेले. पण म्हणतात ना प्रत्येक गोष्ट घडण्यामागे देवाचा काही उद्देश असतो, आमच्या बाबतीतही नेमके असेच घडले असावे. बाहुली मेरीच्या ताब्यात देऊन तीन महिने झाले असता, अचानक एक दिवस मेरीला दिसेनासे झाले आणि तिला पूर्ण अंधत्व आल्याचे डॉक्टरने सांगितले. तेव्हा या सर्व प्रसंगाकडे मी वेगळ्या दृष्टिकोनातून पाहू लागले. पहिले म्हणजे सहा वर्षे अडगळीत असलेल्या बाहुलीला पुनर्जीवन द्यावे असे मर्लिनच्या मनात याच वर्षी का यावे. त्यानंतर मेरीला ती बाहुली दाखवू या असे माईकने का म्हणावे?

''थँक गॉड! निदान थोडे दिवस का होईना, मेरीला आपल्या बाहुलीला डोळे भरून पाहता आले आणि आपल्या लहानपणीच्या आठवणींना उजाळा देता आला.'' माझ्या मम्मीने म्हटले. त्या दिवसापासून आमचा त्या बाहुलीकडे आणि मेरीकडे 'बघण्याचा' दृष्टिकोनच बदलून गेला. त्यानंतर थोड्याच दिवसांनी मेरीने माईकला सुचवले की ती बाहुली त्याने त्याच्या घरी घेऊन जावी कारण ती आता बाहुलीला पाहू शकत नाही, पण त्याने तिचा प्रस्ताव चक्क फेटाळून टाकला कारण सध्याच्या स्थितीत बाहुलीला आमच्या घरी आणणे योग्य नव्हते.

...आणि मेरी आता आपल्या अंतश्चक्षूंनी त्या बाहुलीकडे पाहणार होती.

– डेबि डयुफेरसिनी

कपड्यांनी केली जादू

कपडे तुमच्या व्यक्तिमत्त्वात एक अनोखी जादू घडवतात, होय ना?
– आयझॅक बॅशविस सिंगर

माझे लग्न ठरले होते त्या वेळची ही गोष्ट आहे. हेल्गाचा, म्हणजे माझ्या भावी सासूबाईंच्या विचित्र आणि भयंकर खाष्ट स्वभावाचा अनुभव माझ्या अगोदर माझ्या मम्मीला आला आणि ती म्हणाली, ''नशीब समज की सासू या प्रकारात मोडणारी ती एकच व्यक्ती आहे. अशा दोन सासवा असत्या ना तर तुला जगणेच कठीण होऊन गेले असते.'' हेल्गाच्या भाचीने तर तिचे नाव 'सेनापती' असे ठेवले होते. हेल्गा जर जवळपास नसेल तर तिच्याबद्दलचा उल्लेख करताना ती सेनापती असाच करे. आमच्या साखरपुड्याच्या वेळी फिलिपच्या (माझा पती) आजीने माझ्या पाठीवरून प्रेमाने हात फिरवला अन् म्हणाली, ''त्या बाईपासून स्वत:ला सांभाळ! तुला माझ्या खूप खूप शुभेच्छा!''

आमचे लग्न होईपर्यंत माझ्या सासूबाईंचा प्रत्येक लहानसहान गोष्टींवर कडक पहारा होता. माझ्या बोटांची नखे किती वाढली आहेत, मी लावलेले नेल पॉलिश फार गडद रंगाचे तर नाही ना, माझ्या चपला खूप उंच टाचांच्या आहेत का किंवा माझ्या जीन्स फार घट्ट तर नसतात ना यासारख्या प्रत्येक गोष्टीची त्या दखल घेत. एकदा तर त्या मला म्हणाल्या, 'मी तुझे केस कापून देते छानपैकी! जरा वेगळ्या स्टाइलने! त्या स्टाइलने केस कापले तर ते तुला नक्कीच शोभतील.' यातील गमतीची बाब अशी की सासूबाईंनी कधीही सौंदर्यशास्त्राचा अभ्यास केला नव्हता किंवा त्याबाबतचे कुठले प्रशिक्षणही घेतले नव्हते. सासूबाईंचा हा दुसऱ्यांच्या बाबतीत लक्ष घालून नाक खुपसण्याचा आणि सगळीकडे आपली हुकूमत चालवण्याच्या स्वभावाचे मला नाही म्हटले तरी चांगलेच दडपण आले होते.

त्या दिवशी माझ्या सासऱ्यांचा एकसष्ठी समारंभ होता. त्या निमित्ताने सासूबाईंनी

एका छोट्याशा समारंभाचे आयोजन केले होते व सासूसासऱ्यांची जवळची मित्रमंडळी व नातेवाईक इत्यादींना बोलावले होते. सासरच्या बऱ्याचशा नवीन मंडळींशी माझी त्या दिवशी ओळख होईल तेव्हा 'नीट तयार होऊन ये' अशी हेल्गा ऊर्फ सेनापतींनी तंबी दिली होती. साहजिकच त्या दिवशी मी सर्वांमध्ये उठून दिसावे असे मला वाटत होते.

कार्यक्रमाच्या बऱ्याच दिवस आधीपासून मी कपडे वगैरे विकत घेण्याच्या तयारीला लागले. बरेच मॉल आणि कपड्यांची दुकाने पालथी घातल्यावर मला दोन मनासारखे कपड्यांचे सेट मिळाले. एक होता काळ्या रंगाचा सिल्कचा फॅशनेबल स्कर्ट आणि त्यावर पांढऱ्या रंगाची नाजूक झालर लावलेला ब्लाउज आणि वरून सिल्कचे जाकीट असलेला ड्रेस. तर दुसरा म्हणजे माझ्या अंगासरशी बसणारा, माझे रूप खुलवणारा फुलाफुलांचा तंग पण गुडघ्यांपर्यंत लांब असलेला वन पीस फ्रॉक! हा दुसरा ड्रेस माझ्या अंगावर खरंच उठून दिसत होता आणि फिलिपपण नक्की 'तोच ड्रेस घाल' म्हणून आग्रह करेल अशी मला खात्री होती. मी दोन्ही ड्रेस फिलिपला दाखवले पण माझा अंदाज साफ चुकला. फिलिपने मला तो पहिला ड्रेस घालण्यास सांगितले. खरेतर मला खूप आश्चर्य वाटले पण त्याचा सल्ला मी आनंदाने स्वीकारला कारण आपल्या मम्मीला काय आवडेल हे त्यालाच नक्की माहीत होते नाही का? तयार होऊन आरशात बघताना माझ्या छातीत भयंकर धडधडत होते. सासूबाई काय शेरा देतील याची धास्ती होती. पण एक जमेची गोष्ट ही होती की मी कुठला ड्रेस घालावा याची निवड त्यांच्या मुलानेच केली होती. त्यामुळे सासूबाईंनी काही उलटसुलट शेरा मारला असता तर मी सरळ त्यांच्या मुलाकडे बोट दाखवून मोकळी झाले असते.

फिलिपबरोबर कारमध्ये बसून मी समारंभाच्या ठिकाणी जायला निघाले, पण आता मी आणखीनच नर्व्हस होऊ लागले. माझ्या हातापायांना कंप सुटला. फिलिपने माझी मनःस्थिती जाणली आणि माझा ताण दूर करण्यासाठी त्याच्या आईची नक्कल करणे सुरू केले. ते ऐकून मला खूप हसू आले आणि बरीचशी रिलॅक्स झाले. समारंभाच्या हॉलवर पोहोचेस्तोवर मी चांगलीच खिदळत होते, पण हॉलपाशी आल्यावर मला परत खूप टेन्शन आले. दीर्घ श्वास घेत आणि मनाला शांत होण्याची आज्ञा देत मी आत शिरले अन् माझी नजर सासूबाईंना शोधू लागली. लांबून त्या दिसल्या आणि माझ्या घशाला कोरड पडली, ओठ थरथरू लागले. मला पाहून त्यांनी कपाळाला हात मारून घेतलेला दिसला आणि मी आणखीनच घाबरले. फिलिपचा हात घट्ट धरून मी त्यांच्यापाशी पोहोचले. आता त्या माझ्यावर कुठले वाक्बाण मारतील हे ऐकायला मी श्वास रोखला, पण मला काही म्हणण्याऐवजी त्या फिलिपच्या कानात पुटपुटल्या, "अरे बघ, तिने अगदी माझ्यासारखाच ड्रेस

घातला आहे.'' मग माझ्याकडे पाहत त्या मोठ्यांदा म्हणाल्या, ''अगं, आपल्या दोघींचा ड्रेस सारखाच आहे बघ.''

मी अवाक् होऊन पाहू लागले. खरोखरच त्यांनी घातलेला ड्रेस अगदी माझ्या ड्रेससारखाच होता.

फिलिप गोंधळून एकदा माझ्या ड्रेसकडे आणि एकदा त्याच्या मम्मीच्या कपड्यांकडे बघत होता.

दोन मिनिटांनी सासूबाई भानावर आल्या. माझ्या खांद्यावर चक्क प्रेमाने हात ठेवत त्या म्हणाल्या, 'काही हरकत नाही. लोक म्हणतील सासूसुनेची निवड एकसारखी असली तरी खूप उच्च अभिरुची दाखवणारी आहे.'

ते ऐकून मला हायसे वाटले पण मनातल्या मनात मी देवाला प्रार्थना करत होते की, 'देवा, आमच्या दोघींच्या सारख्या कपड्यांवरून लोकांनी आमचे स्वभावसुद्धा सारखेच असावेत असा गैरसमज करून घेऊ नये.'

समारंभाच्यावेळी फिलिप आमच्या दोघींच्या मध्ये बसला होता अन् त्याच वेळी माझ्या मनात विचार आला की आमच्या दोघींच्या सारख्या कपड्यांबरोबर आणखी एक साधर्म्य असणारी गोष्ट म्हणजे आम्ही दोघी एकाच व्यक्तीवर भरभरून प्रेम करतो. ती व्यक्ती म्हणजे फिलिप.

आणि आज लग्नानंतर वीस वर्षांनीही या एकाच गोष्टीमुळे सासूबाईंबरोबरचे माझे संबंध शांतिपूर्ण आहेत.

— ॲनी

२

मुलं ती मुलंच

चारचौघांप्रमाणे सामान्य असलेल्या मुलांचे वैशिष्ट्य हे की ती नेहमीच सामान्य मुलांप्रमाणे वागत नाहीत.

– निनावी

संगीतातली जादू!

संगीतामध्ये एखाद्या रानटी जनावराला शांत करण्याची जादू असली तरी त्याला शांत करण्यासाठी मी आधी बंदुकीचाच वापर करेन.
— जोश बिलिंग्स

दिवाणखान्यातल्या सोफ्यावर पाय पसरून मासिक वाचतवाचत मी आरामात पहुडले होते. माझ्या शेजारीच माझी छोटी मुलगी तिच्या कॅसिओवर गाणे वाजवत होती. ते ऐकून मला बरे वाटले. माझ्या चेहऱ्यावर हलकेच स्मित उमटले अन् मी तिला विचारले, 'कुठले गाणे गं हे? ओळखीचे वाटते आहे? तिने त्या गाण्याची ओळ म्हणून दाखवली. माझी लहान मुलगी इतके छान गाणे वाजवते याचा मला खूप आनंद झाला. मी तिचे गाणे आणि वाजवणे मनापासून ऐकत राहिले अन् तिचे कौतुकही करत राहिले. पण खूप पूर्वी म्हणजे लहान असताना मला गाण्याबद्दल आणि संगीताच्या वाद्यांबद्दल तिरस्कार वाटत असे.

त्या वेळी मी जेमतेम १५-१६ वर्षांची असेन. माझ्या मम्मीने दुसरे लग्न केले होते आणि माझ्या सावत्र भावासाठी त्याच्या आजीआजोबांच्या घरून म्हणजे माझ्या दुसऱ्या वडिलांच्या आईवडिलांच्या घरून तिने एक मोठा पियानो आणला होता. माझी मम्मी पियानो खूप छान वाजवत असे. आपल्या मुलानेही आपली कला हस्तगत करावी असे तिला वाटत असणार. पियानो वाजवायला शिकवण्यासाठी ती एखाद्या उंच टीपॉयवर त्याला उभा करत असे आणि शिकण्याच्या नादात बरेचदा तो तोल जाऊन जमिनीवर मागच्या मागे आपटत असे.

आमच्या मम्मीच्या मते, मार्कला (माझा सावत्र भाऊ) संगीताचे उपजत ज्ञान होते. हा मोठेपणी मोझार्टचा कित्ता गिरवणार बहुतेक! असे बरेचदा ती म्हणत असे आणि वेळीअवेळी हॉलमध्ये त्याच्यासोबत बसून ती संगीताचे धडे त्याच्याकडून गिरवून घेई. माझी झोपायची खोली हॉलला लागूनच होती. या वेळीअवेळी होणाऱ्या

पियानोच्या आवाजामुळे माझ्या झोपेचे मात्र खोबरे होऊन जाई. मग मी डोक्यावर उशी दाबून ठेवून त्याला शिव्याशाप देत परत झोपायचा प्रयत्न करत असे, पुढेपुढे मी तसे करणे सोडून दिले. पण तो पियानो वाजवताना दिसला की मी उठून मम्मीला विचारत असे, 'याला एवढ्या पहाटे उठून वाजवायला का आवडते?'

मम्मीचे उत्तर ठरलेले असायचे, 'अगं, मार्क हा लवकर उठणारा मुलगा आहे.'

मार्कला मारून टाकावे किंवा त्याला कुणीतरी पळवून न्यावे किंवा या घरातून तो पियानो काढून टाकावा असे मला नेहमी वाटे.

माझ्या सावत्र वडिलांचा मात्र या सर्व प्रकाराला पाठिंबा होता. कदाचित पियानो त्यांच्या आईवडिलांचाच होता म्हणून असे असेल!

त्या वेळी सोळा वर्षांची असताना, मी केवळ माझ्या दृष्टिकोनातून जगाकडे पाहत होते. त्यामुळे माझ्या दृष्टीने मी खूप दु:खी होते. मार्कजवळ पियानो होता. माझ्या लहान बहिणीजवळ तिने पाळलेला छोटा उंदराएवढा हॅमस्टर हा प्राणी होता, पण माझ्याजवळ मात्र तसे काहीच नव्हते. म्हणूनच मला खूप एकटेपणा वाटे. कदाचित मम्मीने दुसरे लग्न केले नसते तर मला तसे वाटले नसते.

माझ्या बहिणीने पाळलेला हॅमस्टर, ज्याला ती लाडाने हॅमी म्हणत असे, दिसायला अगदी गोंडस होता. तांबूस, गुबगुबीत, केसाळ अन् पिटुकला! पण त्याला कुणीही धरून ठेवलेले आवडत नसे. अर्थात तसे पकडून ठेवलेले कुणालाच आवडत नाही म्हणा!

त्या दिवशीची गोष्ट, मार्क नेहमीप्रमाणे पियानो वादनाला बसला नव्हता. ते पाहून माझ्या बहिणीने तिच्या हॅमीला पियानोवर खेळण्यासाठी सोडले. पहिल्यांदा त्याने डाव्या बाजूच्या स्वरपट्टीवर उड्या मारल्या, मग तो उजव्या बाजूच्या पट्टीवर पळू लागला. तो स्वरपट्टीच्या प्रत्येक स्वरांवर उडी मारून स्वत:चा तोल सांभाळायला थांबायचा आणि मग पुढच्या स्वरावर जायचा. त्याने उडी मारली की स्वरांतून आवाज यायचा. तिखट कानांच्या मार्कला तो आवाज ऐकू गेला अन् तो ओरडत आत येत म्हणाला, "माझ्या पियानोशी कोण खेळतंय?"

ते ऐकून माझ्या बहिणीने पटकन हॅमीला उचलून घेण्याचा प्रयत्न केला, पण हॅमी आपला महाचपळ! त्याने पटकन पियानोच्या झाकणात उडी मारली.

ते पाहून मार्क एकदम जोरात ओरडला, "मॉम माझ्या पियानोवर हॅमी काय करतोय बघ!"

त्याचा आवाज ऐकून मम्मी आत आली. मी बाहेर जाऊन स्वयंपाकघरात लपले आणि आता काय घडणार ते उत्सुकतेने पाहू लागले.

मम्मी पियानोजवळ गेली आणि पाहू लागली. तितक्यात हॅमीने परत पियानोच्या स्वरपट्टीवर उडी मारली आणि परत एकदा पियानोतून स्वर उमटले. ते पाहून मम्मी

ओरडली, ''रॉजर, रॉजर, हे बघ काय!'' रॉजर हे आमच्या सावत्र वडिलांचे नाव होते.

आपल्याला हाक मारलेली पाहून माझे सावत्र वडील आत आले.

हॅमी अजूनही पियानोवर इकडून तिकडे पळत होता आणि त्याच्या पळण्यातून मंद स्वरात नाद निर्माण होत होता. जो मला मार्कच्या पियानोवादनापेक्षा कर्णमधुर वाटत होता.

''आत्ताच्या आत्ता त्या हॅमस्टरला पियानोवरून हलव.'' मार्क माझ्या बहिणीकडे पाहत जोराने ओरडला.

''रॉजर काहीतरी कर ना!'' मम्मीने विनवणीचा सूर लावला.

''तो बघ, इकडे आला. त्याला चीज खायला द्या म्हणजे आपल्याला त्याला पकडता येईल.'' मार्क म्हणाला.

''त्याला चीज आवडत नाही.'' बहिणीने सांगितले.

तितक्यात मम्मी परत ओरडली, ''रॉजर, रॉजर! त्याला हटव ना! अरे समजा त्याने पियानोवर घाण करून ठेवली तर?''

''नाही, मी असे काही होऊ देणार नाही.'' मार्क ओरडला. मग त्याने माझ्या बहिणीकडे वळून पाहिले आणि तिच्यावर रागाने ओरडत म्हणाला, ''तुला हा मूर्खपणा करायला कोणी सांगितला होता?''

त्यावर बहिणीने चिडून काहीतरी उत्तर दिले व मग त्या दोघांची जोरदार वादावादी सुरू झाली. आता हा सर्व प्रकार थांबण्यासाठी हॅमीला बाहेर काढणे आवश्यक होते. मग रॉजरने पियानोकडे नीट निरखून पाहिले. हॅमीने एका स्वरावरून दुसऱ्या स्वरावर उडी मारण्याच्या वेळी आपला तळवा आडवा करून स्वरपट्टीवर ठेवला. इतक्यात हॅमीने त्यांच्या हातावर उडी मारली तेव्हा पटकन उचलून त्याने हॅमीला बाजूला केले.

मार्क अजूनही संतापलेलाच होता. तो माझ्या बहिणीला म्हणाला, ''हिंमत असेल तर समोर ये.''

रॉजरने त्याला ओढत बाजूला नेले. मम्मी गप्प बसली होती. पण तिने लांबून मला पाहिले व ती म्हणाली, ''तू तिला थांबवले का नाहीस?'' आता मम्मी माझ्यावर भरपूर तोंडसुख घेणार असे वाटून मी तिथून पळ काढला.

आता इतक्या वर्षांनी माझ्या मुलीचे संगीत ऐकताना संगीताचा आनंद काय असतो ते मला समजले आहे.

– पॉल एच. कॅरेर

सॉसेजिसच्या प्रेमात

डॉक्टर, हे सॉसेज आहे असे तुम्हाला वाटते का?

– पॉल क्लॉडेल

बऱ्याच लहान मुलांना कुठल्या ना कुठल्यातरी खेळण्याचे किंवा वस्तूचे वेड असते. ती वस्तू किंवा ते खेळणे त्यांना सदोदित बरोबर हवे असते. साधारणपणे मुली आपल्याबरोबर आपली लाडकी बाहुली किंवा एखादे सॉफ्ट टॉय वगैरे बाळगतात किंवा मुलगे सदैव आपल्याबरोबर एखादी मोटार किंवा सुपरमॅन, ही मॅन सारखी खेळणी नेतात. अशा खेळण्यांबाबत मुलामुलींचे प्रेम समजू शकते पण माझ्या लहान भावाला- गॅरीला, तो लहान असताना 'सॉसेजिस' (म्हणजे मसाला लावलेल्या मटणाच्या गुंडाळ्या) सदोदित जवळ बाळगायला फार आवडे. तो अगदी लहान असल्यापासून, म्हणजे जेव्हा त्याच्या तोंडात जेमतेम पुढचे दोन-तीन दात आले होते तेव्हापासून ते तो शाळेत जाऊन पहिल्या वर्गात जाईपर्यंत त्याचे हे सॉसेजिसबद्दलचे प्रेम कायम होते. त्याला सॉसेजिस खायला आवडत. तो झोपताना त्यांना बरोबर घेऊन झोपत असे आणि जागेपणी त्यांना सदोदित आपल्याबरोबर ठेवून त्यांना प्रेमाने हाताळत असे.

दिवस असो वा रात्र, त्याच्या या सॉसेजिस बरोबर बाळगण्याच्या प्रकारात कधीही फरक पडला नाही. जेव्हा तो झोपायला तयार होत नसे तेव्हा पांढऱ्या पातळ कागदात गुंडाळलेले कच्चे सॉसेजिस (जे किमान दोन पौंड वजनाचे तरी असत), त्याच्या कुशीत ठेवावे लागत असत. त्यांना मायेने थोपटत तो झोपी जाई.

माझ्या मम्मीने सॉसेजिसच्या जागी सॉफ्ट टॉइज, छोटे ब्लँकेट किंवा गोधडी ठेवण्याचा प्रयत्न केला पण त्याचा कधीच उपयोग झाला नाही. कारण मम्मीने तसे केल्यास रात्री अपरात्री उठून गॅरी 'मला सॉसेजिस हवे आहेत' असे म्हणून भोकाड पसरण्यास सुरुवात करत असे.

मग मम्मीलाही उठावे लागे आणि त्याच्या चिमुकल्या हातात 'हं, हे घे बाळा सॉसेज' असे प्रेमाने देऊन त्याला समजवावे लागत असे. सॉसेजिस मिळाल्यानंतर मात्र गॅरी सहजतेने व शांतपणे गाढ झोपी जाई.

कित्येकदा तो झोपल्यानंतर त्याच्या कुशीतून सॉसेजिस काढून ते परत फ्रीजमध्ये ठेवण्याचा प्रयत्न मम्मी डॅडी करत असत. एकदा गॅरी अगदी गाढ झोपेत असताना डॅडींनी अलगदपणे ते काढून फ्रीजमध्ये ठेवले. पण दुसऱ्या दिवशी सकाळी उठून जेव्हा त्यांनी फ्रीजमध्ये डोकावले तेव्हा त्यांना ते सॉसेज गायब झाल्याचे दिसले. त्यांनी जाऊन गॅरीच्या खोलीत डोकावले असता त्यांना दिसले की झोपेत ते सॉसेज गॅरीच्या अंगाखाली जाऊन चपटे झाले होते आणि गॅरीच्या नकळत अंथरुणात शू झाल्यामुळे सॉसेज कागद बाहेरून ओलाचिंब झाला होता.

त्या काळात म्हणजे १९४० साली, डायपर्सचा प्रकार नव्हता. तेव्हा अंथरुणात प्लास्टिक किंवा रबराचे दुपटे ठेवून त्यावर चादर घालून लहान मुलांना झोपवले जात असे. गॅरीने कितीतरी वेळा अंथरुणात शू करून सॉसेज ओले केले होते.

मम्मी म्हणायची 'शिजवल्यामुळे अन्नपदार्थातले जंतू नाश पावतात' व असे म्हणून ती गॅरीने झोपल्यामुळे चपटे झालेले, झोपेत चिरडले गेलेले किंवा शू झाल्यामुळे ओले झालेले सॉसेजिस स्वच्छ धुऊन शिजवत असे.

पुढे मोठे झाल्यावर आम्ही गॅरीला त्याच्या सॉसेजिसवर झोपण्याबद्दल व ते झोपेत ओले केल्याबद्दल चिडवत असू, तेव्हा तो म्हणत असे, 'मान्य आहे की मी सॉसेजिस घेऊन झोपायचो आणि त्यांना ओले करायचो. पण तुम्ही? तुम्ही सर्व जण ते खात होता त्याचे काय?'

– ज्युडी ली ग्रीन

लिंबाचे झाड

हे जग केवळ गैरसमजांच्या आधारावरच फिरते आहे.

– चार्लीस बॉडलेअर

मी, माझा बारा वर्षांचा नातू अँथनी आणि माझी भाची पॅट, जी तिच्या नोकरीनिमित्त माझ्या घरी आहे, असे आम्ही तिघे जण एकत्र राहतो.

त्या दिवशी मी स्वयंपाकघरात भांडी धुत होते, तेव्हा स्वयंपाकघराच्या खिडकीतून मागच्या आवारात पॅट उभी असलेली दिसली. ती तिने तीन-चार वर्षांपूर्वी लावलेल्या लिंबाच्या झाडाकडे टक लावून बघत होती. लिंबाच्या झाडाला कधी फळे धरणार आणि फळांनी लगडलेले झाड आपल्याला कधी पाहायला मिळणार असे तिला वाटत होते. पॅटने झाडाजवळ जाऊन निरखून पाहिले तेव्हा त्या झाडाला दोन-तीन ठिकाणांहून नवीन पालवी फुटल्याचे तिला दिसले. झाडाकडे बघत पॅटने एक सुस्कारा सोडला आणि ती कामाला निघून गेली.

"नॅनी, मला काहीतरी काम सांग ना तुझं." अँथनी घाईघाईने आत येत म्हणाला.

"काय रे, आज सुट्टीच्या दिवशी मित्रांबरोबर खेळायला जायचे सोडून तू माझं काम करायला का तयार झालास?" मी विचारले.

"नॅनी, मी आणि माझे मित्र मिळून सर्व जण रात्री फँटसी लँडला जाणार आहोत."

"बरं मग?"

"त्यासाठी मला पंधरा डॉलर्स लागतील. मी तुझं एखादं काम केलं तर देशील ना मला तेवढे पैसे?"

अँथनीचं बोलणं ऐकून त्याच्याबद्दलच्या कौतुकानं माझा उर भरून गेला. इतक्या लहान वयातला त्याचा समजूतदारपणा आणि त्याला असलेली जबाबदारीची

जाणीव खरोखरच कौतुकास्पद होती.

खरंतर मी त्याची आजी होते आणि त्या नात्याने आपले लाड करून घेण्याचा त्याला पूर्ण अधिकार होता. परंतु अधिकाराबरोबर जबाबदारी घेणेसुद्धा जरुरी असते हे त्याला न शिकवताच समजले होते.

हे विचार माझ्या मनात घोळत असतानाच त्याने विचारले, ''मग नॅनी कोणतं काम करू मी?''

त्याच्यासाठी योग्य काम कोणते हा विचार करताना मला आठवले की मागच्या बागेतले गवत खूप वाढले आहे आणि ते कापण्याचे काम अँथनीला जमू शकेल.

''हे बघ अँथनी, आपल्या मागच्या बागेतले गवत वाटेल तसे वाढले आहे, ते तू काप. आणि हो, बागेकडे जाणाऱ्या वाटेत ती दगडं लावली आहेत ना, त्यांच्या आजूबाजूचे आणि बागेत लावलेल्या छोट्या छोट्या झाडांभोवतीचे गवतही नीट काप.''

अँथनीने मोठ्या आनंदाने होकार दिला. मला वाटलं होतं त्यापेक्षा जास्त उत्साहाने त्याने कामाची तयारी दाखवली. त्याला मी सांगितलेलं काम आवडलं म्हणून मलाही बरं वाटलं.

''नॅनी, मी सगळं गवत नीट कापेन, बघच तू!'' असं म्हणत अँथनी बागेत पळाला.

''अँथनी, मी जरा बाजारात जाऊन येते. तुझं गवत कापून होईपर्यंत येईनच मी परत.'' असं म्हणत मी घराबाहेर पडले.

मी परत आले तोपर्यंत अँथनीने खरोखरच सगळीकडचं गवत नीट कापलेलं दिसत होतं. माझे लक्ष बागेतल्या छोट्या झाडांकडे गेले आणि मला प्रचंड धक्का बसला कारण त्या झाडांच्या ओळीतून लिंबाचे झाड गायब झालेलं दिसलं. चुकून लिंबाचे झाडही कापून टाकलेलं दिसतंय. तरीपण मी त्याला स्पष्टपणे म्हटलं होतं की फक्त गवतच काप.

''अँथनी... अँथनी!'' मी घाईघाईने त्याला हाका मारायला सुरुवात केली.

तो आजूबाजूला नव्हता. बहुतेक कुठल्यातरी मित्राच्या घरी खेळायला गेला असेल.

काय करावे ते मला सुचेना. पॅट घरी येईल तेव्हा ते झाड तिला दिसणार नाही, मग ती माझ्यावर केवढी चिडेल. तिचा रागीट चेहरा माझ्या नजरेसमोर आला आणि त्या कल्पनेनेच मी हवालदिल झाले.

तितक्यात माझे लक्ष कोपऱ्यातल्या गवताच्या ढिगाकडे गेले. अँथनीने उपटून टाकलेले रोप कदाचित त्या गवताच्या ढिगामध्ये असेल असे वाटून मी तो ढीग घाईघाईने उपसला तेव्हा त्या झाडाचे तुकडे करून टाकलेले मला दिसले. 'काय

म्हणावं या मुलाला? एवढी साधी गोष्ट कशी कळली नाही की फक्त गवत कापायचं होतं. हा आपल्याच नादात असतो.' मघाशी त्याच्याविषयी उफाळून आलेल्या प्रेमाची जागा आता रागाने घेतली होती.

काय करावे ते मला सुचेना. काहीही झाले तरी पॅट घरी यायच्या आधी तिथे लिंबाचे रोप असले पाहिजे असे मी ठरवले. काय करावे, कसे करावे याचा विचार करतानाच मला आठवले की माझ्या एका मैत्रिणीची नवीनच नर्सरी (झाडांची छोटी रोपे विकण्यासाठी) उघडली आहे. कदाचित तिच्याकडे लिंबाचे एखादे रोप असेल या विचाराने मी ताबडतोब तिकडे धाव घेतली.

माझ्या सुदैवाने नर्सरीत लिंबाची रोपटी विकायला होती. मी त्यातल्या सर्व रोपट्यांची नीट पाहणी केली व साधारण आमच्या बागेतल्या लिंबाच्या झाडाच्या आकाराचे एक झाड विकत घेतले. बागेत ते झाड लावण्यापूर्वी मी त्या पूर्वीच्या झाडाप्रमाणे त्याची पाने, फांद्या वगैरे कापल्या आणि मग झाड मातीत लावले. आता मला हायसे वाटते होते. पण पॅटने आल्याआल्या बागेत जाऊ नये अशी मी प्रार्थना करत होते.

नेहमीप्रमाणे पॅट घरी आली. चहापाणी झाल्यावर फ्रेश होण्यासाठी ती बागेत गेली आणि इकडे माझ्या छातीत धडधडायला लागले. तिला ते लिंबाचे झाड बदलले गेल्याचे कळले तर! काय सांगायचे आणि कसे सांगायचे याबाबत मी शब्दांची जुळवाजुळव करू लागले.

तितक्यात तिचा आरडाओरडा ऐकू आला. "कुठे आहे अँथनी? त्याला मी

सांगितलं होतं ना?' मी घाबरून बाहेर आले. खरंतर सकाळपासून धावपळ करून मी खूप दमले होते अन् भरीस म्हणून त्या लिंबाच्या झाडानं मला मनस्तापही दिला होता. एकदा वाटलं की पॅटला सर्व काही सांगून टाकावं पण मला बाहेर आलेली पाहून पॅट तावातावाने म्हणाली, ''काही देऊ नकोस पंधरा डॉलर्स. अँथनी मोठा कामचुकार आहे. बघ तो!''

माझ्या चेहऱ्यावर भले मोठे प्रश्नचिन्ह उमटले. तेव्हा तीच पुढे म्हणाली, ''अगं, माझे महत्त्वाचे कागद घरी विसरले म्हणून मी ऑफिसमधून थोडा वेळ घरी आले होते तेव्हा अँथनी गवत कापताना दिसला. त्याने मला गवत कापण्याचे कारणही सांगितले. तेव्हा तू बाजारात गेली होतीस. त्याला मी म्हटले होते की ते लिंबाचे झाडही उपटून टाक कारण चार वर्षांत त्याची खूप वाढही झाली नाही की त्याला एकही फळ आले नाही. माझ्या मैत्रिणीच्या घरी तिने लावलेल्या झाडाला फळ यायला सुरुवात झालीदेखील. तिने तर माझ्यानंतर झाड लावलं होतं.''

तिचं बोलणं ऐकून आता मी भोवळ येऊन खाली पडेन असं मला वाटू लागलं.

तितक्यात अँथनी आला. बरोबर चार-पाच मित्रही होते. फँटसी लँडला जाण्यासाठी म्हणून तो पैसे मागणार तितक्यात पॅटने ओरडून म्हटले, ''ते लिंबाचं झाड उपटून टाक म्हणून सांगितलं होतं ना रे मी तुला? ऐकलं नाहीस ना तू माझं?''

अँथनीचा चेहरा गोरामोरा झाला. तो गोंधळून जात म्हणाला, ''पण मी तर ते झाड खरोखरच उपटून टाकलं होतं.''

''अस्सं? मग त्या जागेवर लिंबाचं झाड कुठून उगवलं परत?'' पॅटने विचारलं.

आणि मग सगळं बळ एकवटून मी खरी घटना त्या दोघांना सांगण्यासाठी शब्दांची जमवाजमव करू लागले.

– आयरिन इस्ट्राडा

ते रडणारे बाळं

तुमच्या पालकांना मुलं झाली नाही याचा अर्थ तुम्हालाही मूल न होण्याची शक्यता आहे.

– क्लॅरन्स डे

माझा चौदा वर्षांचा भाचा ॲन्थनी म्हणतो, 'मी आयुष्यात कधीही स्वत:ला मुलं होऊ देणार नाही आणि लहान मुलं तर त्याला त्याचे शत्रू वाटतात. याचे कारण म्हणजे त्याने शाळेत असताना प्रत्यक्ष कार्यानुभवासाठी 'कुटुंबाचा अभ्यास' हा विषय निवडलेला होता. आता तर त्याला त्या विषयातून नावही काढून घ्यावेसे वाटते.

'कुटुंबाचा अभ्यास' या विषयात मुलांना व्यक्तीव्यक्तींमधले संबंध कसे जपावे, प्रेम, कर्तव्ये, भावनिक ओलावा यांचे कुटुंबातले महत्त्व आणि लहान बाळाचे संगोपन याविषयी सखोल माहिती दिली जाते. 'लहान बाळाचे संगोपन' शिकवताना मुलांना सांभाळायला एक बाहुली दिली जाते आणि स्वत:च्या लहान मुलाप्रमाणे त्याची काळजी घेण्यास शिकवले जाते.

या विषयाचा अभ्यास करताना कुटुंबातल्या जबाबदाऱ्या मुलांना कळण्यासाठी त्यांना घरातली इतर सर्व कामेही शिकवली जातात. जसे की जुजबी स्वयंपाक करणे, बाजारहाट, घरस्वच्छता इत्यादी. हे सर्व विभाग साधारणत: बायका सांभाळत असल्याने सर्वसाधारणपणे मुली या विषयाची निवड करतात पण आमचा ॲन्थनी जरा इतरांपेक्षा वेगळा आहे. त्याला बाहेर जाऊन मैदानी खेळ खेळण्यापेक्षा घरी बसून वाचन करायला, टीव्ही बघायला आवडते. म्हणूनच त्याने 'कुटुंबाचा अभ्यास' हा विषय निवडला आणि त्याच्या अभ्यासासाठी बाहुली विकत आणली.

ह्या बाहुलीचे वैशिष्ट्य हे होते की तिच्या आतमध्ये एक अंतर्गत घड्याळ होते आणि खऱ्या बाळानुसार ते काही ठरावीक अंतराने रडण्याचा आवाज काढायचे, त्या वेळी आपण त्या बाहुलीला बाळाप्रमाणे उचलले किंवा थोपटले की ते शांत बसायचे.

त्या बाहुलीचे वजनही तीन महिन्यांच्या बाळाइतके होते. बाहुलीचे नाव ॲन्थनीने स्कॉट असे ठेवले आणि बाहुलीच्या संगोपनाची तयारी म्हणून त्याने एक दुधाची बाटली, डायपर्स, काही छोटे कपडे हेही विकत आणले.

त्यानंतर आठवड्याच्या शेवटी तो सुट्टीला म्हणून शाळेतून घरी आला. अर्थात त्याने आपल्या बाहुली बाळाला बरोबर आणले होतेच. ॲन्थनीने आपल्या मनगटाला एक किल्ली बांधून ठेवली होती. बाळ रडायला लागले की त्याला उचलून त्याच्या पाठीत असलेल्या भोकात किल्ली घातली की ते शांत होई. पण या बाळाच्या रडण्याचा आवाज फार मोठा व कर्कश होता.

आमची जेवणे होऊन मागचे आवरेपर्यंत बाळ काही रडले नाही. जेवणानंतर आम्ही खरेदीसाठी सुपर मार्केटमध्ये जायचे ठरवले आणि आम्ही तिथे पोहोचलो अन् तितक्यात बाळाने रडणे सुरू केले. माझी बहीण ट्रेसी व ॲन्थनी बाहेर थांबले व ट्रेसीने ॲन्थनीला त्या बाळाचे रडणे थांबवण्यास मदत केली. त्यानंतर पाच मिनिटांनी ती तिकडून निघाली व म्हणाली, ''तुझ्या बाळाला सांभाळायची जबाबदारी तुझी! मी निघते.'' ''ममा, बाळ फार कर्कश आवाजात रडते, तू माझ्यासोबत थांब ना.'' ॲन्थनी म्हणाला

पण ट्रेसी थांबली नाही.

त्यानंतर आम्ही वॉलमार्ट इथे खरेदीसाठी गेलो. तिथे पोहोचल्यावर ट्रेसीने ॲन्थनीसमोर दोन पर्याय ठेवले, एकतर बाळाबरोबर कारमध्ये बसून राहायचे नाहीतर बाळाला घेऊन वॉलमार्टमध्ये शिरायचे. रँडीला म्हणजे ॲन्थनीच्या वडिलांना ॲन्थनीची दया आली. ते म्हणाले, ''बाळाला गाडीत ठेवून तू आमच्याबरोबर आतमध्ये चल.''

''ऊ हूं! असे म्हणू नका, तुम्ही तुमच्या मुलावर वाईट संस्कार करता आहात. त्याला बाळाची जबाबदारी घेता आलीच पाहिजे.'' ट्रेसीने म्हटले.

बिचारा ॲन्थनी! मुकाटपणे कारमध्ये बाळासोबत बसून राहिला.

त्यानंतर आम्ही सर्व घरी आलो. ट्रेसीने सहजच ममाला फोन लावला. तेवढ्यात बाळाने पुन्हा रडणे सुरू केले. ''कोण रडतंय?'' तिने विचारले. तेव्हा ट्रेसीने तिला सर्व किस्सा सांगितला.

''हूं, तुमचे बाळ फारच कर्कश्श आवाजात रडतंय, मला तो आवाज ऐकवत नाही.'' असे म्हणत ममाने फोन ठेवून दिला.

त्या दिवशी रात्री अति दमल्यामुळे ट्रेसी जरा लवकरच झोपायला गेली. तितक्यात बाळाचा जोरजोरात रडण्याचा आवाज ऐकू आला आणि ते रडणे थांबतच नव्हते. ॲन्थनी काय करतो आहे ते बघण्यासाठी ट्रेसी त्याच्या खोलीत गेली. ''ममा किल्ली फिरवूनसुद्धा बाळ रडायचं थांबतच नाही. मलापण खूप झोप येते आहे.'' ॲन्थनी कुरकुरत म्हणाला.

(कदाचित बाहुलीची आतील यंत्रणा बिघडली होती.)

"थोडा वेळ प्रयत्न कर, मग ते रडायचं थांबेल." असं म्हणून ट्रेसी तिथून उठली आणि परत झोपण्याचा प्रयत्न करू लागली. तेवढ्यात दबक्या स्वरात रडताना बाळाचा आवाज ऐकू आला. बाळाचा आवाज असा का येतो आहे हे पाहण्यासाठी ती पुन्हा ॲन्थनीच्या खोलीत गेली. बाळाचा आवाज दुरून कुठून तरी येत होता. "हे, काय बाळ कुठंय?"

"ममा, ते रडायचं थांबत नव्हतं म्हणून मी धुवायच्या कपड्यांखाली त्याला ठेवून दिलं." ॲन्थनी खाली मान घालून म्हणाला.

"त्याला ताबडतोब घेऊन ये आणि तुझ्याजवळ झोपव." ट्रेसीने आदेश दिला. मग ॲन्थनी बाळाला त्याच्याजवळ घेऊन आला. बाळ रडतच होते.

पण ट्रेसी इतकी दमली होती की तिला केव्हा झोप लागली ते समजलेच नाही.

दुसऱ्या दिवशी जाग आली तेव्हा बाळाचा आवाज ऐकू येत नव्हता. बाळ कधी झोपले व ॲन्थनी काय करतो आहे हे बघण्यासाठी ट्रेसी त्याच्या खोलीत गेली तर ॲन्थनीजवळ बाळ नव्हतेच. "अरे बाळ कुठे आहे?" तिने विचारले.

"ममा, बाळ रडायचं थांबत नव्हते म्हणून मी त्याला आपल्या कारमध्ये ठेवून आलो." ॲन्थनी अपराधी स्वरात म्हणाला.

"हे बरोबर नाही. जा त्याला घरात आण." ट्रेसी म्हणाली.

ॲन्थनी बाळाला घेऊन आला. एव्हाना ते रडायचे थांबले होते. त्यानंतर दिवसभरात ते एकदाही रडले नाही. आम्हाला आश्चर्य वाटले.

सोमवारी ॲन्थनी बाळाला घेऊन शाळेत परत गेला.

त्या बाहुलीच्या आत बसवलेल्या यंत्रणेने केलेल्या नोंदींनुसार बाळ रडताना अकरा वेळेला ॲन्थनीने त्याकडे दुर्लक्ष केले होते. पुढे बाहुलीतली बॅटरी संपल्यामुळे बाळाचे रडणे व ॲन्थनीच्या दुर्लक्षाची नोंद झाली नाही.

त्यानंतर ॲन्थनीने मला ह्या विषयात रस वाटत नाही म्हणून विषय बदलून घ्यायचे ठरवले आणि तो म्हणाला, "ममा, मी कधी मुलं होऊ देणार नाही, ती फार त्रासदायक असतात."

ट्रेसीच्या धाकट्या मुलीने कोडीने म्हटले, "ममा आपल्याकडे अजून एखादं बाळ आणू नकोस हं, बाळं फार रडकी असतात."

काहीही असो, पण पालकत्व किती कठीण असते आणि त्यात किती जबाबदारी घेऊन कुटुंबासाठी कसा त्याग करावा लागतो हे 'कुटुंबाचा अभ्यास' शिकताना ॲन्थनीला कळून चुकले होते.

अर्थात हेही नसे थोडके...

— जे.एम. कॉर्नवेल

वॅफल्स!!!

वॅफल्स म्हणजे साखरेचा पाक घालून बनवलेले गोड धिरडे
— मिच हेडबर्ग

रविवारचा दिवस! सुट्टी म्हणून मी आरामात उशिरापर्यंत झोपून राहायचे ठरवले होते. डोळ्यासमोर नवऱ्याने मला कुठल्यातरी सुंदर, रमणीय जागी फिरायला नेले आहे अशी स्वप्ने तरळत होती. पण मध्येच अर्धवट जाग येत होती, तरी मी परत डोळे मिटत होते कारण काही केल्या ते सुखद स्वप्न मला इतक्यात संपू द्यायचे नव्हते. तितक्यात मॅक्सची हाक ऐकू आली, "मॉम ए मॉम..." माझ्या चेहऱ्यावर आठ्या आल्या. मी डोळे किलकिले करून घड्याळाकडे पाहिले तर फक्त सातच वाजले होते. म्हणजे अजून अर्धा-पाऊण तास मला खुशाल झोपता आले असते. मी दुसऱ्या कुशीवर वळले आणि छान उबदार दुलईत स्वत:ला लपेटून घेतले. माझा डोळा लागला असावा कारण "मॉम ए मॉम ऊठ ना प्लीज, मला तुला काही सांगायचंय" असे मॅक्सने मोठ्यांदा ओरडून म्हटले, तेव्हा मी दचकून जागी झाले.

खरंतर त्या क्षणी मला अंथरुणात लोळत पडण्याशिवाय इतर काहीही करायची इच्छा नव्हती म्हणून मी जरा वैतागूनच त्याला म्हटले, "काय रे, एक दिवस तरी जरा सुखानं झोपू द्या ना. उठल्यावर बघते तुम्हाला काय हवे आहे ते. आणि सुट्टीचा तू तरी कशाला लवकर उठला आहेस? झोप ना अजून थोडा वेळ."

मॅक्स काहीच बोलला नाही. पण तो जिन्यावरून खाली जाताना त्याचे शब्द ऐकू आले. "ॲलेक्स, मॉम इतक्यात उठणार नाहीये. चल आपण दोघे साबण घेऊन सगळं साफ करून टाकू." मात्र ते ऐकून माझी झोप पार पळाली. आज सुट्टीचा दिवस म्हणून दोघांनी मला मदत करण्यासाठी स्वच्छता मोहीम आखली असावी असा माझा गोड गैरसमज झाला आणि माझ्या चेहऱ्यावर हसू झळकले. आता हे दोघे पुढे काय करणार आहेत याचा कानोसा घेत मी तशीच लोळत राहिले.

तितक्यात ॲलेक्सचा आवाज ऐकू आला, ''ते बघ तिथे, पुढेही सांडले आहे, तेही पूस.''

क्षणार्धात मी भानावर आले. दोघांनी मिळून काहीतरी कारभार केला असावा आणि आता दोघेही ते निस्तरायचा प्रयत्न करत असावेत आणि म्हणूनच मघाशी मॅक्स मला बोलवायला आला असावा.

'काय कटकट आहे. यांनी कारभार करायचे आणि मी निस्तरायचे.' असे मनाशी चरफडत मी नाइलाजाने उठले.

आज रविवार! त्यामुळे त्यांच्या पुढ्यात स्पेशल नाश्ता काय ठेवायचा याऐवजी या मुलांनी माझ्या पुढ्यात काय वाढून ठेवलं असावं या विचारांनी अस्वस्थ होऊन मी बेडरूममधून खाली हॉलमध्ये आले. बघते तो काय, सगळीकडे एक सुवास दरवळत होता. मॅक्स आणि ॲलेक्स दोघेही हातात लिक्विड साबणाची बाटली, ब्रश आणि फडकं घेऊन इकडे तिकडे फिरत होते.

''काय रे काय झालं?'' मी शक्य तितक्या शांत स्वरात त्यांना विचारलं.

''काही नाही मॉम, आज सकाळी ॲलेक्सला जरा लवकरच जाग आली. त्याला खूप भूक लागली होती म्हणून मी त्याला स्वयंपाकघरात घेऊन गेलो. खायला काय आहे हे शोधत असताना मला तू काल केलेले वॅफल्स दिसले, आणि टेबलावर नॅनीने दिलेली स्ट्रॉबेरी सिरपची बाटलीसुद्धा. मग मी ॲलेक्सला बाहेर हॉलमध्ये सोफ्यावर बसायला सांगितलं आणि एका प्लेटमध्ये वॅफल्स वाढून देऊन त्यावर स्ट्रॉबेरी सिरप घालून त्याला खायला दिलं.'' मॅक्सने आपण मोठा भाऊ म्हणून कशी जबाबदारी घेतली हे सांगायचा प्रयत्न केला.

त्याचे बोलणे ऐकून मी म्हणाले, ''वा, छान, गुड बॉय! तू खरोखरच खूप चांगले काम केलेस.''

''पण मग आता ही साफसफाई कसली?''

''ममा, त्याचे काय झाले की...'' (लाजून मान खाली घालून मॅक्स म्हणाला), ''अगं ॲलेक्सला खाताना पाहून मलासुद्धा भूक लागल्यासारखे वाटले म्हणून मग मीही वॅफल्सवर स्ट्रॉबेरी सिरप घालून घेतलं आणि सोफ्यावर येऊन बसलो. पण काय झालं, की आमच्या प्लेट्स खूप छोट्या होत्या म्हणून मग ते सिरप बाहेर सांडलं तेच आम्ही साफ करायचा प्रयत्न करत आहोत.''

''एवढंच ना? मग त्यात इतकं लाजण्यासारखं काय आहे?'' असं म्हणत मी मॅक्सच्या डोक्यावर मायेने हात फिरवला. मनातून मला त्यांच्याबद्दलच्या मायेने गहिवरून यायला झाले होते. मी तसे म्हटल्यावर त्या दोघांनी सुटकेचा निःश्वास टाकला आणि ते दोघेही खिदळू लागले कारण आता ममा आपल्याला रागावणार नाही याची त्यांना खात्री झाली असावी. मी ओल्या फडक्याने आणि ब्रशने सोफा व

त्याच्या आसपास सांडलेले स्ट्रॉबेरी सिरपचे डाग पुसू लागले. इतक्यात माझ्या पायाला काहीतरी चिकट लागले म्हणून मी मागे पाहिले तर सोफ्याच्या मागे स्ट्रॉबेरी सिरपचे मोठे थारोळे झाले होते. मुलांनी स्ट्रॉबेरी सिरपची बाटली सोफ्याच्या पायाशी ठेवली होती आणि कुणाच्या तरी पायाच्या धक्क्याने ती पूर्ण आडवी झाली होती, आणि त्या रक्तासारख्या लालभडक द्रवांमध्ये आमच्या मांजरीचे पिलू, रॉक्सी, पूर्णपणे लडबडून गेले होते. माझी चाहूल लागताच रॉक्सीने तिथून पळ काढला आणि तिच्या चिकट पायांचे ठसे घरभर पसरले आणि त्याची जमिनीवर एक नक्षीच तयार झाली. तिच्या मागे पळत जाऊन मी तिला पकडायचा प्रयत्न केला पण त्यामध्ये माझे पायही त्या चिकट द्रवाने पूर्णपणे माखले गेले. कसेबसे बाथरूममध्ये जाऊन मी आधी माझे पाय धुऊन आले. घरभर पसरलेल्या त्या चिकटपणाच्या सफाईला कुठून सुरुवात करावी हेच मला कळेना. मात्र एव्हाना दोन्ही मुलांनी सफाई मोहीम सुरू केली होती. आपल्या हातून झालेली चूक ते निस्तरण्याचा प्रयत्न करत होते आणि मला होईल तितकी मदत करण्याचा प्रयत्न करत होते. म्हणूनच त्यांना रागवून काहीही उपयोग नव्हता. उलट स्वतःच्या हातून झालेली चूक स्वतःच निस्तरण्याचा पोक्तपणा त्यांनी दाखवल्याबद्दल आणि भूक लागली असताना मला न उठवता स्वतःच्या हाताने नाश्ता घेणाऱ्या पाच आणि सात वर्षांच्या माझ्या त्या निरागस बालकांचे उलट मी कौतुक करायला हवे होते.

रविवारच्या सुट्टीची सुरुवात अशा कंटाळवाण्या कामाने करावी लागल्यामुळे एकीकडे माझी चिडचिड होत होती, तर दुसऱ्या बाजूने स्वच्छतेसाठी मुलांनी आपणहून लावलेल्या हातभारामुळे मी सुखावून गेले होते. त्यानंतर मी त्या दोघांना जवळ घेतले आणि म्हटले, ''तुम्ही दोघे अंघोळ करून घ्या. मी उरलेली सफाई करून टाकते.'' माझी आज्ञा शिरसावंद्य मानून ती दोघेही तिथून पसार झाले.

हसऱ्या चेहऱ्याने मी परत कामाला लागले. मनाशी एक पक्की खूणगाठ बांधून! ती ही की रविवारचा दिवस असो वा इतर कोणताही सुट्टीचा दिवस, उशिरा न उठता रोजच्याच वेळेला उठायचे आणि मुलांसाठी नाश्ता बनवून ठेवायचा.

— जॉडी ए. जेम्स

विसराळू परी

टूथफेरी मुलांना हे शिकवते की ते त्यांचे अवयव पैशांच्या मोबदल्यात विकू शकतात.

- डेव्हिड रिचरबाय

(अमेरिकेसारख्या देशात लहान मुलांचे दुधाचे दात जेव्हा पडतात तेव्हा ते 'टूथफेरी' (दातांच्या परीने)ने नेले असे मुलांना समजावले जाते व त्या पडलेल्या दाताबद्दल बक्षीस म्हणून एखादी छोटीशी भेटवस्तू रात्री त्या मुलाची आई गुपचूप त्याच्या उशीखाली ठेवते, दातांच्या (टूथ) परीकडून मिळालेली भेट! असे त्या मुलामुलीला सांगितले जाते.)

मागच्या उन्हाळ्यात मी नेहमीपेक्षा जरा जास्तच पैसे शिल्लक टाकले. छे! छे! सुट्टीसाठी किंवा कुठे गावाला जायचे म्हणून नव्हे तर तीन चिमुकल्या पिल्लांचे दुधाचे दात पडायला सुरुवात झाली होती म्हणून! मला तीन मुलं. ॲरोन आणि एमी हे दोघे जुळे मुलगा मुलगी आणि तिसरी सारा.

सर्वांत पहिल्यांदा जेव्हा ॲरोनचा पहिला दात पडला तेव्हा त्या गोष्टीचे आमच्या घरात मोठे कौतुक झाले. त्या रात्री मी गुपचूप त्याच्या खोलीत गेले आणि त्याचा पहिला दात पडण्याचे बक्षीस म्हणून दोन डॉलर, एक छोटी नवीन टूथपेस्ट, नवीन टूथब्रश आणि टूथफेरीने लिहिलेले एक छानसे पत्र असे त्याच्या उशाखाली ठेवले. ते बघून तो खूप खूश झाला होता. मलाही ते सर्व करताना खूप गंमत वाटली. पण जेव्हा त्याच्या दुसरा दात पडला तेव्हा...

एका आठवड्यानंतर ॲरोन आणि त्याच्या काकांचा उशांच्या मारामारीचा खेळ सुरू होता. त्या वेळी त्याच्या दुसऱ्या हलणाऱ्या दातावर चुकून काकांची उशी लागली आणि तो दातही पडला. ॲरोनने तो दात रात्री झोपताना आपल्या उशीखाली

नीट जपून ठेवला पण. मी टूथफेरीची भेटवस्तू त्याच्या उशीखाली ठेवायला पार विसरूनच गेले. रात्री तीन वाजता मला अचानक झोपेतून जाग येऊन ही गोष्ट लक्षात आली आणि त्याच्या उशीखाली काय भेट वस्तू ठेवावी ते मला कळेना. मग मी सरळ माझी पर्स उघडली तर त्यात २० डॉलर्सची एक नोट आणि काही चिल्लर होती. (माझ्या मुलावर माझे अतोनात प्रेम आहे पण म्हणून काही मी त्याच्या एका दातासाठी २० डॉलर्स देणार नव्हते. मी पर्समधली सारी चिल्लर गोळा केली आणि त्याच्या उशीखाली कोंबली. दुसऱ्या दिवशी सकाळी ॲरोन ती खुळखुळणारी नाणी पाहून केवढा आनंदला होता म्हणून सांगू!

त्यानंतर दोन आठवड्यांनी एमीचा पहिला दात पडला. तेव्हा मी परत दोन डॉलर, एक छोटी नवीन टूथपेस्ट, नवीन टूथब्रश आणि टूथफेरीने लिहिलेले एक छानसे पत्र असे सर्व साग्रसंगीतपणे तिच्या उशाखाली ठेवले. तिच्या डोळ्यातला आनंद पाहताना मला आईपणाचे सार्थक झाल्याचे वाटले. मग एका आठवड्याने तिचा दुसरा दात पडला आणि उफ! तिच्यासाठी काही भेटवस्तू आणायला मी परत विसरून गेले की हो! अचानक मध्यरात्री मला ही गोष्ट लक्षात आली आणि अर्थातच मी पर्स उघडली, पण दुर्दैवाने त्या दिवशी संध्याकाळी केलेल्या बाजारहाटानंतर पर्स रिकामी झाली होती. काय करावे ते मला सुचेना पण मग एकदम आठवले की नाताळच्या वेळी मी मुलांना आणलेल्यातली काही खेळणी तशीच न उघडता ठेवली आहेत. मी कपाट उघडले तेव्हा सापशिडीचा खेळ न उघडलेला दिसला. मी हळूच जाऊन तो तिच्या उशापाशी ठेवला. दुसऱ्या दिवशी सकाळी एमीने तो पाहिला आणि आश्चर्य आणि आनंदाचे भाव तिच्या चेहऱ्यावर दाटून आले. "मम्मा टूथफेरीने या वेळी मला असं मोठं वेगळं गिफ्ट कसं दिलं?" तिने विचारले.

त्या वेळी एमीचा पाय प्लास्टरमध्ये होता. तिला एक महिना अंथरुणावरच पडून राहावे लागणार होते. म्हणून मी तिला म्हटले, "अगं टूथफेरीला माहिती आहे तुझा पाय प्लास्टरमध्ये आहे ते म्हणून तिने तुला ही भेट दिली." (खोटं बोलताना मला स्वत:चीच लाज वाटत होती, पण तिचे बिचारीचे समाधान झाले.)

त्यानंतर काही दिवसांनी ॲरोनचे काही मित्र आमच्याकडे राहायला आले होते. नेमका त्याच दिवशी त्याचा वरचा दात खूप हलायला लागला. त्याचे मित्र म्हणाले, "अरे आपण याचा दात ओढून काढू म्हणजे आपल्यालाही 'टूथफेरी' आणि तिने दिलेली भेटवस्तू पाहायला मिळेल." मी म्हणाले, "असले भलतेसलते प्रयोग करू नका, तो दात खाताना सैल होऊन आपल्या आपण पडेल." पण मोठ्यांचे ऐकतील ती मुले कसली! त्यांनी ॲरोनचा दात काढून टाकायचे पक्के ठरवले होते आणि म्हणून मग त्यातील एकाने आपल्या दोन बोटांच्या चिमटीत ॲरोनचा दात पकडून तो जोरजोरात हलवण्यास सुरुवात केली तर दुसऱ्याने त्याच्या दाताला डेंटल फ्लासचा

दोरा गुंडाळून दात ओढायचा प्रयत्न केला आणि शेवटी त्यांच्या प्रयत्नाला यश आले. साडेअकरा वाजता जेव्हा मी झोपायला गेले तेव्हा मुलांच्या खोलीतून आनंदाचा गलका ऐकू आला, "दात पडला... दात पडला... चला आता आपल्याला टूथफेरी पाहायला मिळेल." ते दंतवीर दमून झोपी गेले तेव्हा माझ्या लक्षात आले, 'अरे, टूथफेरीचे बक्षीस आणायचं राहिलं की' काहीही विचार न करता मी सरळ पर्स उघडून हाताला येईल ती नोट उचलली (ती दोन डॉलरची होती) आणि हळूच ॲरोनच्या खोलीत गेले आणि घाईघाईने त्याच्या उशाखाली ती नोट सरकवून बाहेर आले. सुदैवाने ॲरोनचे सर्व मित्र गाढ झोपले होते. दुसऱ्या दिवशी सकाळी ॲरोनच्या एका मित्राने मला म्हटले, "मी टूथफेरीला पाहिले." तेव्हा मी विचारले, "हो का? कशी दिसत होती ती?" तो म्हणाला, 'मला आठवतं नाही नीट, कारण मी झोपेत होतो.'

मग महिन्याभराने एमीचा आणखी दात हलून पडण्याच्या वाटेवर आला. तेव्हा तिने रडतरडत म्हटले, "ममा, मला माझा दात टूथफेरीने न्यायला नको आहे, मला तो सांभाळून ठेवायचा आहे."

"ठीक आहे, बेटा! रडू नकोस टूथफेरी खूप दयाळू आणि मुलांची काळजी घेणारी असते. आपण टूथफेरीला पत्र लिहून सांगू की या वेळी तू भेटवस्तू ठेवून जा, पण दात नेऊ नकोस. चालेल ना?" ती आनंदाने तयार झाली. त्या संध्याकाळी तिचा दात पडला आणि मग रात्री तिने टूथफेरीला लिहिलेले पत्र तिच्या उशाखाली ठेवले. मात्र दुसऱ्या दिवशी संध्याकाळी ती म्हणाली, 'ममा, मला आता तो दात नको आहे. आता तो टूथफेरीने नेला तरी चालेल. मग मी म्हटले. "तू टूथफेरीला परत एक पत्र लिही आणि तिला दात घेऊन जायला सांग, पण या वेळी मात्र ती तुला काही भेटवस्तू घेऊन येणार नाही." ते ऐकून एमी म्हणाली, "तसे असेल तर मी हा दात तिला न्यायला नाही सांगत!" एमी टूथफेरीला फसवायला निघाली होती अन् तिची लबाडी कळल्यावर मला हसू आले.

त्या दोघांचे दुधाचे दात पडून आल्यावर साराचे दात पडायची वेळ आली होती. तिने आपल्या दोन्ही भावडांना टूथफेरीकडून काय काय बक्षिसे मिळाली होती ते चांगले लक्षात ठेवले होते आणि ती शेंडेफळ असल्यामुळे मोठ्या दोघांना दिलेल्या भेटवस्तू आठवून मला सारालाही तशाच भेटी द्याव्या लागत होत्या.

आता या तिघांच्या पडलेल्या दातांच्या बक्षिसासाठी मला जी रक्कम खर्च करावी लागली ती भरून निघण्यासाठी मी एखादी अर्धवेळची नोकरी शोधत आहे आणि त्याचबरोबर माझी स्मरणशक्ती सुधारण्यासाठी मुलांबरोबर 'मेमरी गेम्स' खेळत आहे. मुलांच्या अन् माझ्या आयुष्यातल्या ह्या महत्त्वाच्या टप्प्यातल्या आनंददायी आठवणी मला विसरू द्यायच्या नाहीत.

– मायकेल ख्रिस्टेन

सहलीचा दिवस

आयुष्यात काही वेळा नकारात्मक भूमिका घेणे योग्य असेलही, पण सहलीला जाताना तुम्ही नेहमीच सकारात्मक वृत्तीने जाल तरच तुम्ही सहलीचा आनंद लुटू शकाल!

– डॅनियल एल. रिअर्डन

त्या दिवशी रविवार होता. सुट्टी असूनही डॅडने मला लवकर उठवले. "भराभर आटपून तयार हो, आज आपल्याला पिकनिकला जायचं आहे." ते म्हणाले. डॅडने मला लाल रंगाचा टी शर्ट घालायला दिला. त्यावर केशरी रंगाच्या अक्षरात 'मॅकचिझी' असे काहीतरी लिहिले होते. गंमत म्हणजे मॉम आणि डॅडने पण तसाच टी शर्ट घातला होता.

"नीट वाच. त्यावर मॅकचिझी नव्हे तर मॅकचेन्सी असे लिहिले आहे." डॅड म्हणाले. मॅकचेन्सी हे त्यांच्या घराण्याचे टोपण नाव होते आणि अशा वेगवेगळ्या घराण्यातील परिचयातल्या कुटुंबांना एकत्र आणण्यासाठी ही सहल एका खेडेगावाजवळच्या जंगलात आयोजित केली होती.

आम्ही तिघांनी एकसारखा शर्ट घातला होता. कारण आम्ही कोणत्या घराण्याचे आहोत हे इतरांना पटकन समजणार होते.

कपडे घालून तयार झाल्यावर ममा म्हणाली, "पटकन वाचलं तर ही अक्षरं खरोखरच मॅकचिझी अशी वाटतात आणि आपण मॅकडोनाल्ड्सची जाहिरात करत आहोत असेच वाटते." मलापण असला टी शर्ट घालून त्या कौटुंबिक सहलीला जाणे अजिबात नको वाटत होते.

सहलीच्या ठिकाणी डॅडने जिथे गाडी उभी केली त्यावरून मला सहल कशा प्रकारची असेल याची कल्पना आली आणि मी नाराज झाले.

खरेतर मला 'निसर्गरम्य ठिकाणी सहल', 'कौटुंबिक स्नेहसंमेलन' असले प्रकार मुळीच आवडत नाहीत. सायकलिंग किंवा मोकळ्या हवेत फिरायला बाहेर

पडणे यांसारखे प्रकार मला खूप आवडतात. पण आमचे सहलीचे ठिकाण म्हणजे गर्द झाडीने वेढलेल्या रानातले दमट, ओलसर जमीन असलेले मोकळे मैदान होते. आयोजकांनी चटया, सतरंज्या घालून बसायची सोय केली होती. एका बाजूला जेवणासाठी बुफे लावण्याची तयारी सुरू होती आणि त्या ठिकाणी जवळच जेवणासाठीची टेबल, खुर्च्या इ.ची मांडामांड सुरू होती.

तो सर्व परिसर नीट न्याहाळताना माझी नजर पलीकडच्या टेकडीवरती उंचावर असलेल्या एका आलिशान हॉटेलकडे गेली. "डॅडी, आपली पिकनिक तिकडे का नाही नेली?" मी त्या दिशेने बोट दाखवत विचारले.

"कारण ती जागा खूप महाग आहे. तिथे जाणे इथल्यापैकी कुणालाच परवडणार नाही." डॅडींनी उत्तर दिले. डॅडच्या स्वरातला तिखटपणा जाणवून मी गप्प झाले आणि आजूबाजूच्या लोकांना न्याहाळू लागले.

खरे म्हटले तर मला ही कौटुंबिक स्नेहसंमेलने अजिबात आवडत नाहीत. इथे येणारा प्रत्येक जण आपापल्याविषयी बढाया मारत असतो, नाहीतर त्यांच्या घरातल्या कुणा ना कुणा व्यक्तीबद्दल तक्रार करत असतो. मला ते सगळं ऐकायचा खूप कंटाळा येतो.

मॉमला मागे एकदा मी याबद्दल बोलले होते, तेव्हा ती म्हणाली, "अगं, आपल्या ओळखीपाळखीची, जवळची मित्रमंडळी, नातेवाईक भेटले की जरा मन मोकळे करावेसे वाटते म्हणून लोक असे बोलतात." मम्माच्या उत्तराने माझे काही अंशी समाधान झाले असले तरी मला खात्री होती की इथे येऊन विम्याच्या पॉलिसीबद्दल बोलणारे म्हातारेकोतारे किंवा आपल्या बाळाचे नको तेवढे कौतुक करणाऱ्या बायकांची बडबड ऐकताना कुणालाही आनंद होत नसणार. पण हे बोलून दाखवायची हिंमत मात्र मला झाली नाही. 'या अशा लोकांच्या संगतीत एक दिवस घालवायचा म्हणजे मूर्खपणा

आहे.'' मी मनात म्हटले. मला त्याच वेळी माझ्या फेसबुकवरच्या मित्रमैत्रिणींची आठवण झाली. आमची ओळख किती सहजतेने होते आणि गप्पाही किती छान रंगतात. नाहीतर इथे... हाऊ बोअरिंग! मी मनाशीच चडफडले.

थोड्या वेळाने आमच्या सहलीच्या दुसऱ्या अंकाला सुरुवात झाली. तो अंक म्हणजे जेवण! एका मोठ्या लांबलचक टेबलावर टपरवेअरच्या असंख्य भांड्यातून वेगवेगळे पदार्थ मांडून ठेवले होते. मी आधी जेवणाचा मेनू पाहण्यासाठी टेबलाभोवती एक चक्कर टाकली आणि माझा भ्रमनिरास झाला. मला आवडणारा एकही पदार्थ टेबलावर दिसत नव्हता. आमच्या घरी एक पद्धत होती. एखादा दिवस समजा मम्माने बनवलेले काही पदार्थ मला आवडले नाहीत तर डॅड आवर्जून माझ्यासाठी मॅकडोनाल्डमधून काहीतरी घेऊन येत. पण आता इथे मॅकडोनाल्ड तर नव्हतेच पण इतर कुठलेही पदार्थ मिळतील असे कोणतेही दुकान किंवा हॉटेल वगैरे काहीही नव्हते.

हातात प्लेट घेऊन मी नुसतीच उभी राहिले.

''हा पदार्थ घेऊन बघ, चांगला आहे.'' डॅडने एका भांड्याकडे बोट दाखवत म्हटले.

''तो कसातरीच दिसतो आहे.'' मी कुरकुरले.

''अगं तो बर्गर आहे, खाऊन तर बघ!'

''नाही डॅड, तो बर्गर नाहीए. मला नको.'' मी रागाने म्हटले.

''मग थोडसे सॅलड खा!'' डॅड मुद्दामहून म्हणाले. मला सॅलड आवडत नाही हे त्यांना माहीत होते.

मग मी उगाचच, त्यांचे म्हणणे ऐकल्यासारखे केले व त्यांना बरे वाटावे म्हणून बर्गरचा तुकडा बशीत घेतला आणि त्यांची पाठ वळल्यावर बटाट्याचे वेफर्स घेऊन खात सुटले.

खाताना मॉम आणि डॅडनी सतरा जणांशी 'ही आमची मुलगी' म्हणून ओळख करून दिली. 'ए, तू आम्हाला ओळखलंस का?' किंवा 'किती मोठी झाली ही!' असे म्हणत माझे गालगुच्चे घेतले गेले. एक कोणीतरी गृहस्थ (ज्यांना कधीच बघितलेले मला आठवत नव्हते) माझ्याजवळ येऊन बसले आणि त्यांच्या इजिप्तच्या सहलीबद्दल मला सांगू लागले. मला त्यांचे बोलणे ऐकण्यात काडीचाही रस नव्हता आणि म्हणूनच तिकडून पळून जायचा मी बहाणा करू लागले. एव्हाना आजूबाजूच्या लोकांच्या गप्पांना ऊत येऊन त्यांचा कलकलाट वाढला होता आणि ते सर्व असह्य होऊन मी इथून कसे सटकावे याचा विचार करू लागले.

आणि एकदम मला जाणवले की मला बाथरूमला जाणे जरुरी आहे. मग ते कारण सांगून मी खरोखरच तिथून पळ काढला. आता बाथरूमला जायचे आणि त्यानंतर एखाद्या झाडाखाली बसून आपल्याजवळच्या एमपी थ्रीतील गाणी ऐकत बसायचे, त्या गर्दी गोंधळात परत अजिबात जायचे नाही असे ठरवून मी बाथरूमकडे वळले

आणि माझे पाय बाहेरच थबकले. कारण बाथरूमची अवस्था पाहून मला आत शिरावेसेच वाटेना. कोंबडीच्या खुराड्याप्रमाणे लहान असलेल्या त्या बाथरूमच्या आतमध्ये पूर्ण अंधार होता आणि दिव्यांची सोयही नव्हती. आतमध्ये ओला कुबट वास भरला होता आणि कोळ्यांची जाळी लटकत होती. भरीस भर म्हणून नळाची म्हणजे वाहत्या पाण्याचीही सोय नव्हती. त्याऐवजी एक मोठा ड्रम पाण्याने अर्धवट भरून ठेवलेला दिसत होता आणि तिथे मोठाले डास घोंघावत होते. माझ्या अंगावर शहारे आले आणि घशात हुंदका दाटून आला. नाइलाजाने मी ममा आणि डॅड जिथे बसले होते तिथे परत गेले. आता इथून निघून कधी एकदा घरी परत जातोय असे मला झाले होते.

"मम्मा, डॅड, तुमचं सगळ्यांशी बोलून झाले असेल ना आता आणि आपलं जेवणही झालंय. मग आपण आता इथून निघू या ना प्लीज." मी रडकुंडीला येत म्हणाले.

पण माझ्यासारख्या लहान मुलीच्या भावना समजून न घेता डॅड माझ्यावरच ओरडत म्हणाले, "इथे आल्यापासून तुझ्याकडे बघतोय मी की तुझी सारखी कुरकुर, धुसफूस सुरू आहे. मी तुला आपल्या कुटुंबासाठी फक्त एक गोष्ट करायला सांगितली आणि तेसुद्धा फक्त एकच दिवस, तर तुला तेवढं ऐकता येत नाही?" मी भीतीने गप्प बसले. "मला पण इथे येताना खूप आनंद होतो असे नाही, पण अगदी वाईट वाटते असेही नाही. आपल्या शिष्टाचारांचा आणि सभ्यतेचा एक भाग म्हणून आम्हाला इथे येणे आवश्यक असते. मी एरवी तुझ्यावर कोणतीही जबरदस्ती करतो का? मला वाटले होते की तुला तुझ्या डॅडच्या प्रेमासाठी म्हणून तरी इथे यावेसे वाटेल." डॅडनी रागावून चढ्या आवाजात म्हटले.

मी एकदम अवाक् झाले. डॅड माझ्यावर इतके रागावल्याचे मी पहिल्यांदाच पाहिले होते. कारण एरवी कुठल्याही कारणासाठी डॅडना माझ्यावर ओरडायची पाळी आली नव्हती.

त्यानंतर घरी जाताना सहलीच्या आनंदाऐवजी कडवटपणा घेऊनच आम्ही घरी परतलो. पण परत जाताना मला माझी चूक जाणवली. मी स्वत:च त्या सहलीचे तीन तेरा वाजवले होते. मी कुणाशीही बोलण्यात रस दाखवला नव्हता तर कुठलाही नवीन पदार्थ चाखून बघण्याची तयारी दाखवली नव्हती. सहलीच्या ठिकाणापासून ते सहलीला जमलेल्या लोकांपर्यंत सर्वांनाच नावे ठेवून मी माझ्या मनात कटुता निर्माण केली होती आणि सारखी नाराजी व्यक्त करून दाखवल्यामुळे डॅड आणि मॉमचाही मूड खराब करून टाकला होता.

प्रत्येक कौटुंबिक सहलीत एखादी व्यक्ती कुजक्या कांद्यासारखी वागून सहलीचा आनंद नासवते. या सहलीतला कुजका कांदा मीच ठरले होते.

– जेस नॉक्स

मर्क्युरीक्रोम

कुठल्याही आजारावर हास्य हा एक रामबाण उपाय आहे.

– एक म्हण

मी लहान असतानाची ही गोष्ट आहे. त्या वेळी जखमेवर लावायच्या बँडएडच्या पट्ट्या अस्तित्वात नव्हत्या, पण मर्क्युरीक्रोमसारखे जादूचे औषध अस्तित्वात होते. जादूचे अशासाठी म्हणते की कापणे, खरचटणे, ओरखडा येणे, आपटणे किंवा एखादी खोल जखम झाली तरी मर्क्युरीक्रोम लावल्याने ती कशी लवकर बरी व्हायची. आयोडीनने आगआग व्हायची किंवा पोटात घ्यावी लागणारी औषधे कडवट असायची, पण मर्क्युरीक्रोम लावल्यानंतर कुठल्याही वेदना व्हायच्या नाहीत म्हणूनच मी त्याला जादूचे औषध म्हणायचे आणि ते माझे खूप लाडके औषध होते. आमच्या घरात मर्क्युरीक्रोमची बाटली कायम असायची आणि ती असल्यामुळे आम्हाला शारीरिक व मानसिक दोन्ही रीत्या अगदी सुरक्षित वाटायचे. या औषधाचे इतरही अनेक फायदे होते. लावायला सोपे आणि अजिबात चिकटपणा नसलेले हे औषध जखमेवर लावले की पटकन वाळायचे आणि जलद परिणाम करायचे. शिवाय त्याचा लालभडक रंग म्हणजे धाडसाचे प्रतीक जणू! म्हणूनच लहानपणी जखमेवर मर्क्युरीक्रोम लावून मिरवायला मला फार आवडत असे. मैत्रिणींना मी अभिमानाने सांगायचे, 'ए इतक्या जोरात पडले मी आणि केवढं लागलं मला, पण मी अजिबात रडले नाही कारण मी जखमेवर आमचं जादूचं औषध लावलं होतं.'

माझ्याप्रमाणेच माझ्या सर्व चुलत, आते, मामेभावंडात मर्क्युरीक्रोमची ख्याती पसरली होती आणि हे औषध सर्वांचेच लाडके औषध नव्हे जवळचा मित्रच होता.

ते उन्हाळ्याचे दिवस होते. शाळेला सुट्टी असल्यामुळे माझी चुलत भावंडे डोना, गॅरी व रॉनी आमच्या घरी आली होती. त्या दिवशी ममाला जरा बरे नव्हते खूप दमल्यासारखेही वाटत होते. तिने आम्हाला म्हटले, "मी जरा वेळ पडते. गोळी

घेऊन झोपल्यावर मला जरा बरे वाटेल.'' आम्ही सर्व भावंडे ३ ते ९ वर्षे वयोगटातली होतो. मी ९ वर्षांची म्हणजे सर्वांत मोठी असल्याने त्यांची जबाबदारी माझ्यावर येऊन पडली. ''ए ममा झोपलीय, आता कुणीही दंगामस्ती करायची नाही, आवाज न करता खेळायचं समजलं ना?'' मी म्हणाले.

त्यानुसार आम्ही सर्व जण अगदी हलक्या आवाजात एकमेकांशी बोलत होतो आणि खेळत होतो. पण इतक्यात काय झाले की ४ वर्षांचा रॉनी कुठेतरी धडपडला आणि त्याच्या गुडघ्याला थोडेसे खरचटले. आम्ही मांजरीच्या पावलांनी ममाच्या खोलीत गेलो. मला ममाला विचारायचे होते की त्याच्या जखमेवर मर्क्युरीक्रोम लावू का? पण ममा डोळ्यावर हात ठेवून झोपली होती. मग मीच ठरवले की जसे ममा माझ्या प्रत्येक जखमेवर मर्क्युरीक्रोम लावायची तसेच मीपण त्याच्या जखमेवर तेच औषध लावेन.

मग आमची फौज बाथरूमजवळच्या औषधांच्या कपाटापाशी गेली. स्टूलवर चढून मी उंचावर ठेवलेली मर्क्युरीक्रोमची बाटली काढली आणि रॉनीच्या गुडघ्याला औषध लावले. काही वेळातच त्याचे दुखणे कमी होऊन त्याला बरे वाटू लागले.

मग झाले काय ती मर्क्युरीक्रोमची अख्खी बाटली समोर दिसत असल्यामुळे आम्हाला जणू जादूची कांडी हातात आल्यासारखा आनंद झाला आणि आमच्यापैकी प्रत्येक जण आपापल्या आणि दुसऱ्यांच्या अंगावरच्या जखमा, ओरखाडे, खरचटल्याच्या खुणा वगैरे शोधू लागला आणि दिसली जखम की लाव मर्क्युरीक्रोम असा सपाटा लावून आमचे सर्वांचे अंग लाल रंगांच्या ठिपक्यांनी सजले.

नंतर आम्ही पाचही जण परत ममाच्या खोलीत गेलो. आम्हाला तिला सांगायचे होते की आम्ही किती शहाणपणाने वागलो. तिला अजिबात त्रास न देता आम्ही आमच्या जखमांवर औषधोपचार केला होता आणि तिला या गोष्टीचे नक्कीच कौतुक वाटले असते. पण ममा अजूनही गाढ झोपली होती. गॅरीने म्हटले, ''ए तुझ्या ममाला बरे नाही ना, मग हे औषध लावले की तिला नक्कीच बरे वाटेल.'' (त्या वयात आम्हाला हे औषध फक्त बाहेरील जखमांकरताच आहे हे समजण्याची अक्कल कुठे होती?) गॅरीचे म्हणणे डोनानेही उचलून धरले आणि मग आम्ही सर्व जण मिळून अजिबात आवाज न करता ममाच्या कपाळावर, हातावर, पायावर आणि जिथेतिथे जखमांच्या खुणा दिसतील तिथे सर्व ठिकाणी मर्क्युरीक्रोम लावत सुटलो. ममाचे गाल थंडीमुळे फुटले होते. स्वयंपाक करताना तिच्या हातांना भाजले, कापले होते अशा सर्व जागांवर आम्ही मर्क्युरीक्रोम लावले आणि हे सर्व झाल्यावर आम्ही मुकाट्याने खोलीच्या बाहेर येऊन परत शांतपणे खेळत बसलो.

थोड्या वेळाने अचानक ममाचा किंचाळण्याचा आवाज येऊ लागला. ''ए तुझी ममा किंचाळू शकते आहे म्हणजे तिला नक्कीच बरे वाटते आहे.'' गॅरी म्हणाला.

आम्ही धावत आत गेलो. ममा तिच्या कॉटसमोरील आरशात बघून किंचाळत होती. तिला आपले लाल लाल ठिपक्यांनी भरलेले अंग पाहून भीती वाटली होती. आम्ही तिला मर्क्युरीक्रोमबद्दल सांगितले आणि मग मात्र ती हसायलाच लागली. अगदी खदाखदा अन तिचे हसू थांबेचना. यापूर्वी कधीही मी ममाला इतके खदखदून हसताना पाहिले नव्हते. आमच्या सर्वांकडे आणि आरशातल्या प्रतिबिंबाकडे पाहत हसत ती म्हणाली, ''ए मला किनई, हरीण, चित्ता नाहीतर जिराफ झाल्यासारखं वाटतयं या ठिपक्यांकडे पाहून.''

''बघा मी म्हणालो होतो ना मर्क्युरीक्रोम लावले की तिला नक्कीच बरे वाटेल, त्याशिवाय का ती उगाच एवढी हसते आहे?'' गॅरीने फुशारक्या मारत म्हटले.

''हो नक्कीच.'' मी म्हणाले.

मर्क्युरीक्रोमने खरोखरच आणखी एक कमाल केली होती.

– ज्यूडी ली ग्रीन

जादूई छप्पी

सगळ्यांसाठी एकाच मापात उपलब्ध असणारी आणि सगळ्यात मौल्यवान भेटवस्तू म्हणजे प्रेमाने मारलेली मिठी! आणि ही भेटवस्तू तुम्ही देणाऱ्याला परत दिली तरी कुणालाही त्याचे काही वाटत नाही.
– निनावी

आम्ही आमच्या नवीन घरात नुकतेच राहायला आलो होतो आणि घर पाहायला म्हणून आम्हाला आमच्या जवळच्या नातेवाइकांना बोलवायचे होते. त्यासाठी माझी जय्यत तयारी सुरू होती. पाहुणे येतील त्या दिवशी, घरापासून ते जेवणापर्यंत सर्व काही एकदम व्यवस्थित असावे व पाहुणे मंडळींना कुठेही नाव ठेवायला जागा राहू नये यासाठी माझे आटोकाट प्रयत्न सुरू होते. घरामध्ये फुलांची आकर्षक सजावट करायची, जेवणाच्या टेबलावर सुंदर टेबलक्लॉथ घालायचा आणि एका बाजूच्या कोपऱ्यात डेझर्ट्स' (गोड पदार्थ) टेबलावर अशा रीतीने मांडून ठेवायचे की ते बघूनच जेवणाऱ्यांची भूक खवळेल. असे आणि इतर कितीतरी मनसुबे मी या जेवणासाठी केले होते पण कार्यक्रमाला जेमतेम चाळीस तास उरले असताना मला माझ्या बेतांपैकी एकतरी बेत पूर्ण करता येईल की नाही याची काळजी वाटू लागली आणि जेवणाच्या टेबलावर एखादा स्वच्छ टेबलक्लॉथ घालता आला तरी पुरे आणि डेझर्ट खायला किमान ८ एकसारखे चमचे घरात सापडले तरी खूप झाले असे वाटू लागले. याचे कारण म्हणजे नवऱ्याची नवीन नोकरी आणि माझ्या नोकरीत ऐनवेळी एक महत्त्वाचे काम करून देण्याची जबाबदारी माझ्यावर आल्यामुळे मला माझ्या दोन दिवसांच्या रजेवर पाणी सोडावे लागले. आम्ही दोघेही असे कामात बुडून गेल्यामुळे आमच्या 'प्लॅन'चे बारा वाजले होते. जॉन लेननने म्हटले आहे ते खरे आहे, 'तुम्ही एक योजना करताना दुसरेच काहीतरी घडणे म्हणजे आयुष्य होय!'

तो बुधवारचा दिवस होता. नाताळचा सण जवळ आल्याने विक्रेता म्हणून

माझ्या नवऱ्याला त्याच्या नवीन नोकरीत खूप काम अंगावर आले होते आणि मी ही माझ्या सहा आणि आठ वर्षांच्या मुलांना सोबत घेऊन घरची सफाई करण्यात बुडून गेले होते. माझी दोन्ही चिमणी पाखरे व्हॅक्युम क्लीनरने घर साफ करण्यात गुंतली होती. बिच्चारी! आईचा आदेश त्यांनी मुकाट्याने पाळला होता. मुलांसाठीच्या कायद्याचे उल्लंघन करून मी त्या दोघांना कामाला जुंपले होते याची एकीकडे मला लाज वाटत होती आणि दुसऱ्या बाजूला माझी दोन दिवसांची सुट्टी वाया गेल्यामुळे मला हवी तशी तयारी करता आली नाही याचे दु:खही होत होते. कार्यक्रम उद्या संध्याकाळवर येऊन ठेपला होता आणि माझी कितीतरी गोष्टींची तयारी अजून बाकी होती. महत्त्वाचे किराणा सामान आणायचे राहिले होते. कार्यक्रमाचे फोटो काढायचे म्हणून मी किती आधीपासून ठरवले होते पण कॅमेऱ्याच्या बॅटऱ्याच आणल्या गेल्या नव्हत्या. टॉयलेट पेपरचा रोल संपत आला होता. पाहुण्यांसाठीचे नॅपकीन धुऊन तयार नव्हते. एक ना दोन! अजून शंभर कामे बाकी होती आणि त्या विचाराने मला एकदम दडपण आल्यासारखे झाले. आता ही सारी कामे कधी आणि कोण करणार? म्हणून माझी चिडचिड होऊ लागली.

इतक्यात माझ्या आठ वर्षांच्या मुलाने मला काहीतरी विचारले. मी कामाच्या नादात होते. त्यामुळे मी त्याच्याकडे दुर्लक्ष केले. पण त्याने मला पुन्हा पुन्हा हाका मारायला सुरुवात केली आणि "काय कटकट करतोस रे?" म्हणून मी त्याच्या अंगावर ओरडले (खरंतर त्या बाकी राहिलेल्या तयारीचा राग त्याच्यावर काढला. त्याची काहीच चूक नव्हती). माझ्या चिमुकल्याने माझा रागीट चेहरा आणि माझे जोरजोरात ओरडणे ऐकले, मात्र हातातला व्हॅक्युम क्लीनर तसाच ठेवून तो माझ्या दिशेने भराभर चालत आला आणि एकही शब्द न बोलता त्याने मला घट्ट मिठी मारली. मी बघतच राहिले आणि अवाक् झाले. त्याची प्रतिक्रिया खूप महत्त्वाची होती आणि अजाणता त्याने मला आयुष्यातला महत्त्वाचा धडा समजावला होता तो म्हणजे आपल्या माणसांना प्रेमाने मारलेली मिठी आपल्या हजार वेदना विसरून टाकते. खरंच त्या 'जादुई झप्पी'मुळे माझ्या मनावरचा सर्व कामांचा ताण दूर झाला आणि उद्याचा कार्यक्रम (आणि इथून पुढे आयुष्यातल्या सर्व गोष्टी) जशा घडतील तशा घडू देत, मात्र जे काही करायचे ते पूर्ण आनंदी मनाने! मुलांवर तर अजिबात चिडचिड करायची नाही या निश्चयाने मी पुढच्या तयारीला लागले.

आणि खरं सांगू? त्या दिवशी आमचा कार्यक्रम खरंच छान पार पडला. आमच्या नात्यातल्या सर्व जवळच्या प्रेमळ नातेवाईक मंडळींचा कौटुंबिक सोहळाच होता तो! खरंतर माझ्या आधीच्या बेतांनुसार कार्यक्रमाची जय्यत तयारी असणार होती. पण तसे काहीही नसताना सगळ्यांना खूप मजा आली. जेवणाचा मेनू साधाच होता. मिळेल तो चमचा वाटी घेऊन प्रत्येकाने डेझर्ट खाल्ले. कोणीही कशालाच

नाके मुरडली नाहीत. माझ्या मुलीने आमचे लक्ष नसताना कागदी बश्यांवर आमची चित्रे काढली (आणि फोटो नसल्याची उणीव भासू दिली नाही). आमच्या कार्यक्रमाच्या तयारीत कितीतरी उणिवा होत्या, अपूर्णता होती, तरीपण कार्यक्रम १०० टक्के यशस्वी होऊन पूर्णत्वाला गेला होता.

एक मात्र खरे की माझ्या लहानग्याच्या मिठीने मी खूप काही शिकले. आपल्याकडे काय नाही यापेक्षा आपल्याकडे जे आहे ते परमेश्वराचे आशीर्वाद समजून त्याचा आनंदाने स्वीकार केला पाहिजे. इतकेच नव्हे, त्याकडे बघून आयुष्य जगले तर ते परिपूर्ण होते याचा साक्षात्कार मला झाला.

आता कधी तुम्ही तुमच्या जवळच्यांच्या संगतीत असाल आणि त्यांपैकी कुणी कशाबद्दल तरी तक्रार करत असेल तेव्हा हळूच त्यांना एका बाजूला घ्या आणि त्यांना जवळ घेऊन मायेने थोपटा आणि तुमची 'जादुई झप्पी' त्यांच्यावर कसा परिणाम करते ते बघा! कारण कदाचित त्या व्यक्तीला याच गोष्टीची सर्वाधिक गरज असण्याची शक्यता नाकारता येत नाही.

— मिशेल किड

असाही एक वाढदिवस!

> दोन व्यक्तींचा वाढदिवस साधारण एकाच वेळी आला तर काय करायचे यावर अजून तरी एखादा उपाय सापडलेला नाही...
> – जॉन ग्लेन

डिसेंबर महिना आला की मी एकाच वेळी आनंदी होते आणि दु:खीही होते. आनंदी अशासाठी की या महिन्यात आमचा लाडका सण ख्रिसमस येतो अन त्याच्या पाठोपाठ माझा वाढदिवसही! ख्रिसमसच्या स्वागताला सज्ज व्हायचे असल्याने आणि माझ्या वाढदिवसाची तयारी करायची असल्याने या महिन्याचे स्वागत मी आनंदाने करते. पण मला राहून राहून एका गोष्टीचे वाईट वाटत आले आहे ती म्हणजे माझा वाढदिवस ख्रिसमसनंतर लगेचच दोन आठवड्यांनी येत असल्याने मॉम मला म्हणते, 'अगं तुला ख्रिसमसनिमित्त आधीच भरपूर भेटवस्तू मिळाल्या आहेत. आता तुला आणखी भेटवस्तू कशाला हव्यात?' शिवाय ती मला असेही ऐकवते की घेण्यापेक्षा देण्यामध्ये अधिक आनंद असतो आणि ख्रिसमसनिमित्त आणि वाढदिवसानिमित्त मला मिळालेल्या जास्तीच्या भेटवस्तू ती दुसऱ्या मुलांना देण्याचा आग्रह धरते.

अर्थात पूर्वी हे असे नव्हते. माझ्या वाढदिवसाच्या भेटवस्तू दुसऱ्यांना वाटण्याची प्रथा ममाने साधारण पाचसहा वर्षांपूर्वी सुरू केली. पेपरमध्ये फ्लोरिडातल्या एका मुलीबद्दल लेख छापून आला होता. तिने आपल्या वाढदिवसानिमित्त मिळालेल्या सर्व भेटवस्तू अनाथ बेघर मुलांना भेट म्हणून दिल्या होत्या. ममाने तो लेख वाचला आणि ती अगदी भारावून गेली. तिला वाटले आपल्या मुलीनेही तसेच करावे. अर्थात माझ्या ममाला केवळ कुणाची नक्कल करणे मान्य नव्हते तर तिने ती कल्पना आणखी सुधारून तिला मूर्त स्वरूप द्यायचे ठरवले.

आता आठ वर्षांच्या एका छोट्या मुलीला आपल्या भेट वस्तू सहजपणे दुसऱ्यांना देऊन टाकायची कल्पना कशी मान्य होणार? पण मला ममासमोर वाद

घालता यायचा नाही कारण ती म्हणायची, "अगं तुझ्याजवळ तुझे लाड करणारे आईवडील आहेत, ते तुझा प्रत्येक हट्ट पुरवू शकतात, पण जरा त्या अनाथ गरीब मुलांचा विचार कर. त्यांचे हट्ट कोण पुरवणार?" ममाने असे म्हटले की मी तिच्या म्हणण्याला होकार देऊन मोकळी व्हायचे.

मग त्यानंतर माझ्या वाढदिवसाचे निमंत्रण देताना मम्मा सांगायची, "येताना थोडीशी लोकर घेऊन या. त्या लोकरीच्या टोप्या आणि स्कार्फ बनवून अनाथ लोकांना वाटायचे आहेत किंवा असेही म्हणायची की 'थोडी साखर, मैदा आणि लोणी आणले तर बरे होईल त्याची बिस्किटे बनवून बेघर लोकांना वाटायची आहेत. मी म्हणते की इथपर्यंत ममाचे वागणे ठीक होते, पण माझ्या अकराव्या वाढदिवसाच्या वेळी तिने ठरवले की कुठलीही भेटवस्तू आणायला सांगायचे नाही. पण बेघर मुलांना कपडे वाटप करायचे असल्याने पुरुषांच्या कुठल्याही साईजच्या अंडरवेअर्स घेऊन याव्यात. अशा आशयाची निमंत्रणपत्रिका तिने तयार केली. ममाची ती सूचना वाचून मी अवाकच झाले. बिस्किटे बनवून वाटणे, लोकरीच्या वस्तू बनवून त्या वाटणे इतपर्यंत ठीक आहे. अशा गोष्टी करताना मलाही माझ्या वाढदिवसात जरा नावीन्य आल्यासारखे वाटायचे पण अंडरवेअर? आणि त्यासुद्धा पुरुषांच्या! अरे ही काय कुणाला भेट म्हणून द्यायची वस्तू आहे? त्याबद्दल तिला विचारल्यावर ती म्हणाली, "अगं त्या अनाथ बेघर मुलांना दान म्हणून इतर अनेक वस्तू मिळतात पण अंडरवेअर्ससारख्या गोष्टी मात्र कोणीच देत नाहीत. ज्या देणे अत्यंत जरुरी असते म्हणूनच मी तसे ठरवले."

मग दुसऱ्याच दिवशी ती मला घेऊन जेसी पेन्निच्या दुकानात घेऊन गेली. मला दुकानाच्या बाहेरच्या भागात बसायला सांगून, तिथे ठेवलेल्या अंडरवेअर्सच्या किमती, त्यातील कॉटनचे प्रमाण, इलॅस्टिकचा प्रकार, टिकाऊपणा इ. गोष्टी तपासण्यासाठी ती अंडरवेअर्सच्या पाकिटांवर नजर टाकू लागली. बराच वेळ तिची तपासणी सुरू होती आणि मी या प्रकाराला कंटाळून गेले होते. दुकानातल्या माणसांकडे बघून झाले. रस्त्यावरची रहदारी बघून झाली आणि आता मात्र मला खरोखरच इथून कधी एकदा बाहेर निघतो असे झाले. ममाची खरेदी लवकर आटोपावी म्हणून मी एका कोपऱ्यात जाऊन तिथल्या पाकिटांवरच्या अंडरवेअर्सकडे पाहू लागले आणि सहजच माझे लक्ष त्या पाकिटांवरच्या अंडरवेअर घातलेल्या मॉडेल्सकडे गेले. आतापर्यंत मी कुठल्याही पुरुषाला केवळ अंडरवेअर घालून उभे असलेले पाहिले नव्हते, अगदी डॅडलासुद्धा नाही. पुरुषांचे शरीर इतके पीळदार इतके रुबाबदार आणि इतके आकर्षक असते याचा शोध त्या दिवशी मला पहिल्यांदा लागला आणि मी आ वासून त्या मॉडेल्सकडे पाहत राहिले अन् नकळत माझ्या तोंडातून "वा! काय मस्त." असे उद्गार बाहेर पडले.

माझा आवाज ऐकून ममाने मागे वळून पाहिले, ती घाईघाईने माझ्यापाशी आली अन् म्हणाली, ''बेक्का, काय बघतेस एवढं?'' आणि माझ्या हातातल्या पाकिटाकडे तिची नजर गेली. ते पाहून तिलाच जरा ओशाळल्यासारखे झाले. त्यानंतर आम्ही लगेच दुकानाबाहेर पडलो.

दुसऱ्या दिवशी ममाने माझ्या वाढदिवसानिमित्त तयार केलेली नवीन निमंत्रणपत्रिका माझ्या हाती लागली. त्यात लिहिले होते. कृपया भेटवस्तू आणू नये, पण बेघर व अनाथ व्यक्तींना भेट देण्यासाठी म्हणून पुरुषांचे 'पायमोजे' एक जोडी आणावेत.

— रेबेक्का डेव्हिस

देवदूताशी भेट

देवदूत आकाशात उडू शकतात कारण त्यांच्या मनावर कुठलेही जड ओझे नसते.

– जी.के. चेस्टरटोन

फेलिशिया आंटी म्हणजे एक अतिशय खडूस बाई! नात्याने ती माझी सख्खी आत्या! माझा लहान भाऊ मिकी सोडून तिची कुणावरही माया नव्हती आणि मिकीला याच गोष्टीचे आश्चर्य वाटायचे, तो म्हणायचा, 'फेलिशिया आंटी माझ्यावर एवढी माया करते म्हणजे नक्कीच माझ्यामध्ये काहीतरी कमी आहे.'

माझे वडील म्हणजे तिचा धाकटा भाऊ. पूर्वी लहानपणी आपल्या भावावर माया न करता आल्यामुळे अपूर्ण राहिलेली तिची वात्सल्य भूक ती आता माझ्या धाकट्या भावावर मायेचा वर्षाव करून पूर्ण करत होती.

मोठेपणी माझ्या डॅडींनी ज्यू धर्मगुरू व्हावे म्हणून लहानपणापासून त्यांना तशाच प्रकारचे शिक्षण देण्यात आले होते. ज्यू धर्माची महत्त्वाची तत्त्वे सांगणारी 'हगाडा प्रार्थना' डॅडना 'सरळ किंवा उलटून पालटून कशीही म्हणता यायची. ही प्रार्थना ते अत्यंत भावपूर्ण आवाजात म्हणून दाखवायचे. ज्यू धर्माचे महत्त्वाचे अंग असलेल्या 'सेडार सर्विस'च्या निमित्ताने आयोजित केलेल्या जेवणांसाठीही डॅड पुढाकार घ्यायचे.

एके वर्षी फेलिशिया आंटीने माझ्या वडिलांजवळ जाहीर केले की फुटबॉल मॅचच्या आधी जर 'सेडार सर्विस'चा कार्यक्रम आटोपला तर माझ्या चुलतभावांना त्या सेवेनंतरच्या जेवणाकरता थांबवले न जाता मॅच बघायला जाऊ दिले जाईल. त्यामुळे झाले काय की डॅडने नेहमीपेक्षा भरभर वेगाने 'हगाडा प्रार्थना' म्हणणे सुरू केले. त्यांची लय पकडण्यासाठी इतर काकांनीही त्याच वेगाने प्रार्थना म्हणायला सुरुवात केली. प्रार्थना भरभर म्हणत असल्यामुळे साहजिकच सर्वांचा आवाजही

वाढला. लांबून ऐकणाऱ्याला वाटत होते की जणू एखादे गाणे म्हणणे सुरू आहे. डॅड खाली मान घालून त्यांच्या समोरील धार्मिक हिब्रू साहित्य एकाग्रतेने वाचत होते आणि इतर मंडळींनाही तसे करणे भाग होते. ते सर्व पाहून फेलिशिया आंटीच्या रागाचा पारा वर चढला तर प्रार्थना लवकर संपल्यामुळे मॅच बघायला जायला मिळेल म्हणून मुलांना आनंदाच्या उकळ्या फुटू लागल्या.

सेडार सर्विसच्या सोहळ्याचा पुढचा भाग म्हणजे लिझा या मुलांचे रक्षण करणाऱ्या देवदूताचे स्वागत करणे! त्याचे स्वागत करून त्याला आत बोलवण्यासाठी घराचा दरवाजा उघडा ठेवणे आवश्यक असे व ही जबाबदारी घरातल्या सर्वांत लहान मुलावर सोपवली जात असे. माझा लहान भाऊ अतिशय लहान असल्याने देवदूताच्या स्वागतासाठी दरवाजात उभे राहण्याची जबाबदारी माझ्यावर असे. लिझाचे स्वागत केल्यावर त्याला पानपात्रातून वाईनचा नैवेद्य दाखवला जात असे. त्यानंतर उपस्थित मंडळी ईजिप्तवर उद्भवलेल्या दहा संकटांचा नाश व्हावा यासाठी दहा वेळा प्रार्थना म्हणायच्या प्रथेनुसार वाईनचे दहा घुटके घेत. माझा लहान भाऊ मॉमबरोबर बसून तिच्या ग्लासातले वाईनचे घुटके घेत असे आणि तीन-चार घुटक्यांतच त्याच्या डोळ्यावर गुंगी येऊन तो मॉमच्या मांडीवर झोपी जाई. वाईन पिऊन देवदूत परत जातो या कल्पनेने तो जाईपर्यंत दरवाजाजवळ त्याला निरोप देण्यासाठी मला मात्र दरवाजापाशीच उभे केले जात असे.

एकच देवदूत एकाच वेळी 'सेडर सर्विस'देणाऱ्या सर्व घरात कसा काय पोहोचतो? हा प्रश्न माझ्या मनाला पडत असे. ''अगं तो देवदूत आहे, म्हणूनच तो तसे करू शकतो.'' डॅड उत्तर द्यायचे. ''मात्र आपल्यापेक्षा इस्त्रायलला मात्र तो सात तास उशिरा पोहोचतो, कारण तिथल्या व आपल्या प्रमाणवेळेत सात तासांचे अंतर आहे.'' डॅड म्हणायचे.

मी सोडून आमच्या कुटुंबातले सर्व जण म्हणजे मॉम डॅड, काकामंडळी, माझी मोठी चुलत भावंडे, फेलिशिया आंटी वगैरे सर्व जणांना डायनिंग टेबलावर बसून वाईनचा आस्वाद घेत देवदूताचे दर्शन घेता येते व मला मात्र तो येताना किंवा परत जाताना का दिसत नाही या जाणिवेने मला दु:ख व्हायचे.

''नीट लक्ष देऊन बघ तरच दिसेल.'' डॅड म्हणायचे.

मग मी डोळे ताणून इकडे तिकडे पाहायचे, तरीपण मला देवदूत दिसायचाच नाही.

मग डॅड परत म्हणायचे, ''त्याला बघण्यासाठी वेगळी नजर लागते.''

हे ऐकून माझी चुलत भावंडे खिदळत व आम्हाला देवदूत स्पष्टपणे दिसतो असे म्हणत. ते ऐकल्यावर माझे मन आणखीनच नाराज होई.

वयाच्या आठव्या वर्षापर्यंत (न दिसणाऱ्या) देवदूताचे स्वागत व त्याला निरोप देण्याची कामगिरी माझ्यावरच सोपवली गेली होती. त्यानंतरच्या सेडर सर्विसच्या

वेळी मात्र मी म्हटले, ''दरवेळी मीच का देवदूताच्या स्वागतासाठी उभे राहायचे? देवदूताला एकटे आत यायला किंवा बाहेर जायला काय होते?''

डॅड म्हणाले, ''श्शू! असे बोलू नये. देवदूताचा मान राखण्यासाठी असे करणे जरुरी असते आणि ती जबाबदारी घरातील सर्वांत लहान मुलामुलीवर सोपवली जाते.''

''पण मलापण देवदूताला वाईन पिताना पाहायचे आहे.'' मी हट्टाने म्हणाले.

''बरं ठीक आहे!'' डॅड म्हणाले. ''देवदूत आत आला की तू आमच्याबरोबर टेबलवर येऊन बस.''

देवदूताचे स्वागत करून त्याच्याबरोबर, त्याच्या मागेपुढे किंवा त्याला धक्का देत मी सर्व नातेवाईक मंडळींबरोबर डायनिंग टेबलवर जाऊन बसले. डॅडच्या हातात एक मोठे चांदीचे भांडे होते व त्यात चॉकलेटी रंगाची वाईन काठोकाठ भरली होती.

''सगळ्यांनी नीट लक्ष द्या, देवदूत वाईनच्या नैवेद्याचे सेवन करत आहे.'' असे डॅडने म्हटले तेव्हा मी श्वास रोखून धरला होता. मग डॅडने हळूच आपले पाय टेबलाखाली नेले आणि पायाने टेबल हलवले त्यामुळे भांडे जोरात हिंदकाळले तेव्हा डॅड म्हणाले, ''हे पहा, देवदूताने भांडे हलवले व वाईनची चव पाहिली.'' मी भांड्यात नीट डोकावून पाहिले तेव्हा भांड्यातली वाईन जरासुद्धा कमी झालेली दिसत नव्हती म्हणून मी म्हटले, ''देवदूताने वाईन प्यायली असती तर ती आपल्याला कमी होताना दिसली असती ना, इथे तर ते भांडे तसेच भरलेले दिसते आहे.''

माझ्या अशा बोलण्यामुळे डॅड वैतागून गेले होते. त्यांनी त्या भांड्याकडे माझे लक्ष वेधत म्हटले, ''आता बघ परत, देवदूत आणखी वाईन पिणार....नक्कीच!''

या वेळी डॅडने आपल्या पायाने त्या टेबलाला इतक्या जोराचा धक्का दिला की भांड्यातील वाईन फेलिशिया आंटीने त्या दिवसासाठी काढलेल्या खास पांढऱ्या टेबलक्लॉथवर सांडली आणि त्यावर चॉकलेटी रंगाचे थारोळे झाले आणि आंटी त्याकडे आ वासून पाहू लागली.

मग मीही (खोटेखोटेच) त्या भांड्याकडे टक लावून पाहिले आणि आनंदाने टाळ्या वाजवत म्हटले, ''वा! काय ही जादू, पण हा देवदूत अगदीच गबाळा दिसतो आहे ना? त्याने केवढी वाईन सांडून ठेवली!''

मला देवदूताचे अस्तित्व समजल्याचे पाहून डॅडना बरे वाटले. पण आपला लाडका आणि किमती टेबलक्लॉथ खराब केल्यामुळे फेलिशिया आंटी रागाने डॅडकडे पाहू लागली.

डॅडने तिला हळुवारपणे समजावत म्हटले, ''देवदूत जवळपास असताना असे राग धरणे बरे दिसत नाही.''

त्यानंतर डॅडने कधीच कुणाकडे 'सेडर सर्विस'ला जायचे नाही असे ठरवले. आमच्या घरी शेवटची सेडर सर्विस पार पाडल्यानंतर त्यांनी या कामाला रामराम

ठोकला. त्यानंतर एकाच आठवड्यानंतर डॅडना हृदयविकाराचा झटका आला आणि ते जमिनीवर पडलेले आढळले. ममाने घाबरून त्यांच्याजवळ जाऊन पाहिले तर त्यांच्या चेहऱ्यावर हास्य होते. ''मी हॉकीचा खेळ पाहायला जाण्याच्या तयारीत होतो.'' ते हसत हसत म्हणाले.

– एस. नाद्जा झाजमेन

३

रस्त्यावरच्या गमतीजमती

एखादा रस्ता कमी पायदळी तुडवला जातो कारण त्यामागे काहीतरी कारण असते.

– जेरी सिनफिल्ड

एक गमतीदार प्रवास

मला मुलगे आवडत नाहीत. आपल्याला राग येईल अशी त्यांची वागणूक असते.

– मिशेल वी

फक्त मुलगे असलेल्या आयांचा किंवा केवळ मुलांबरोबर आणि भावांबरोबर प्रवास करणाऱ्या मुलींचा अनुभव विचारा, आणि तेसुद्धा स्वत:च्या गाडीतून तुम्ही प्रवास करत असाल तर विचारायलाच नको. त्यांच्या वात्रटपणाला, मस्तीला आणि खोड्यांना नुसता ऊत आलेला असतो.

त्या दिवशी मी, माझा आठ वर्षांचा मुलगा व अकरा वर्षांची मुलगी असे तिघेही जण प्रवासाला निघालो होतो. माझी मुलगी मॉली अगदी शांत व गंभीर वृत्तीची आहे तर मुलगा ह्यूसन मात्र अगदी विनोदी आणि मिस्कील वृत्तीचा! साहजिकच ते दोघे एकत्र असले की वातावरण जरा ताणलेलेच असते. त्या दिवशी प्रवासाला निघालो असल्याने ह्यूसन अगदी आनंदात, मजा करायच्या मूडमध्ये होता. गाडीत बसल्यावर वेळ जाण्यासाठी त्याने एक मजेदार शाब्दिक खेळ खेळायला सुरू केला. हा खेळ प्रत्येक मुलगा त्याच्या आयुष्यात कधी ना कधी खेळला असेलच. म्हणजे असे की एखाद्या वाक्यात मूळ शब्दाच्या ऐवजी आपण एखादा असा शब्द टाकायचा की त्यामुळे त्या वाक्याचा पूर्ण अर्थच बदलून जाईल आणि त्यात विनोद निर्माण होईल.

रस्त्यावर दिसणाऱ्या पाट्या, जाहिरातींचे फलक, वाहनांच्या मागे लिहिलेल्या पाट्या इ. सर्वांवर लिहिलेल्या वाक्यात त्याने आपल्या मनाचा शब्द किंवा अक्षर घालायला सुरुवात केली आणि मग अर्थाचा अनर्थ झाला की तो खदाखदा हसू लागायचा. सुरुवातीलाच एका ठिकाणी, 'गाईचे निर्भेळ दूध फक्त एक डॉलरला!' अशी जाहिरात होती, ते पाहून तो म्हणाला "ममा, दूधाच्या ऐवजी 'शेण' हा शब्द वापरून बघ, कशी मजा येईल."

"शी! हा कसला रे खेळ" मी वरकरणी त्याला रागवत म्हणाले. पण त्याकडे लक्ष न देता तो पुढचा विनोद शोधायला बघत होता. 'सावधान! धोक्याचे वळण'च्या ऐवजी त्याने 'सावधान! बोक्याचे वळण' असे वाचले आणि मलाही नकळत हसू आले. एका ठिकाणी बिस्किटांची जाहिरात होती त्यावर लिहिले होते, 'एकदा खाल तर पुन्हा पुन्हा मागाल' त्याऐवजी ह्यूसनने वाचले, 'एकदा खाल तर पुन्हा पुन्हा माराल.' ते ऐकून मलाही हसू आवरले नाही पण खोकला आला असे दाखवून मी हसू दाबले. मॉली मात्र त्याच्या खेळाला वैतागली होती. "ममा, त्याला थांबायला सांग ना कसले फालतू विनोद करतो आहे आणि मला त्रास होतो आहे त्याचा." ती म्हणाली.

तिचे बोलणे ऐकून मी भूतकाळात गेले आणि मला तिची दया आली. मला पाच भाऊ होते आणि मी त्यांच्याबरोबर जात असताना ते अशाच प्रकारचे खेळ खेळत. तेव्हा मला त्यांचा अतिशय राग येई, पण आज मात्र मुलाबरोबर असताना त्याच खेळाचा मला आनंद मिळत होता. 'ताजी आजी' असे मध्येच एकदम जोरात ओरडून ह्यूसनने माझे लक्ष वेधून घेतले. बघितले तर 'शेतातली ताजी भाजी' येथे मिळेल अशी पाटी लिहिली होती. मला त्याच्या विनोदबुद्धीला दाद द्यावी की कसले रे हे तुझे विनोद! म्हणून त्याला गप्प बसायला सांगावे हेच कळेना. मॉली तर अक्षरशः रडकुंडीला आली होती. ती बिचारी आपल्या शाळेतल्या कवितांचे पुस्तक घेऊन आली होती आणि त्यातली एखादी तरी कविता पाठ होईल असे तिला वाटले होते, पण छे! कविता पाठ करणे तर दूरच, ह्यूसन येताजाता तिला विनोदाचा पाठ शिकवायचा प्रयत्न करत होता.

'धोका! पुढे घाट आहे. वाहने सावकाश चालवा.' 'ओका, पुढे ताट आहे.' ह्यूसनने म्हटले तेव्हा मॉलीने याचे डोके फिरले आहे अशा नजरेने त्याच्याकडे पाहिले. "तू हे थांबवल नाहीस ना तर मी तुला गाडीतून फेकून देईन." ती म्हणाली. "मॉली, तू त्याच्या बोलण्याकडे दुर्लक्ष कर म्हणजे तो आपोआप गप्प बसेल." मी मॉलीला समजवायचा प्रयत्न केला पण ती काहीही ऐकायच्या मन:स्थितीत नव्हती. मी परत भूतकाळात गेले. कोणे एके काळी मलाही माझ्या भावांबरोबर बाहेर जायचे म्हणजे संकट वाटायचे. त्या वेळी मी एकटी अन् ते पाच जण असल्याने मी काहीच प्रतिकार करू शकत नव्हते. त्या वेळची माझी मन:स्थिती अन् मॉलीची आत्ताची मन:स्थिती यात काहीही फरक नव्हता म्हणून मॉलीबद्दल मला पूर्ण सहानुभूती होती पण ह्यूसनमुळे प्रवास मजेदार होता हेही तितकेच खरे!

'हॅरिसन गॅरेज- आम्ही कार चालवायलासुद्धा शिकवतो.' अशी एका ठिकाणची पाटी वाचून ह्यूसनने म्हटले, 'आम्ही बार चालवायला सुद्धा शिकवतो.' ते ऐकून मला तर खदाखदा हसू आलेच पण इतका वेळ चेहरा ताणून बसलेल्या मॉलीच्या

चेहऱ्यावरही स्मितरेषा उमटली. आता मात्र मला ह्यूसनच्या विनोदबुद्धीचे कौतुक वाटले. एखादे अक्षर बदलून ताबडतोब इतका विनोद तयार करणे सोपे नव्हते.

माझ्या नकळत मीही असे विनोद मला शोधता येतील का याचा प्रयत्न करू लागले.

प्रवास संपला. मॉलीचा रागही बऱ्यापैकी शांत झाला होता.

पुढच्या प्रवासात मात्र काय होईल हे सांगता येणार नाही. कदाचित ह्यूसन दुसरा एखादा खेळ घेऊन आमची करमणूक करेल किंवा तो बरोबर आहे म्हटल्यावर मॉली आमच्याबरोबर येण्याचे टाळेल. पण त्याचा विचार आतापासून कशाला?

– मिमी ग्रीनवूड नाईट

आणि ममा मोठी झाली

या क्षणाला माझ्या मुलीचे डोळे माझ्यावर रोखले गेले आहेत व माझ्या प्रत्येक हालचालीवर तिचे लक्ष आहे. तिच्या नजरेमध्ये मी म्हणजे एक विचित्र प्राणी होय.

– एलिझाबेथ पर्किंग्स

प्रत्येक किशोरवयीन मुलामुलींच्या आयुष्यात एक वेळ अशी येते की त्यांना आपले पालक खूप विचित्रपणे वागत असल्यासारखे वाटते. या वयातल्या मुलांच्या दृष्टीने त्यांचे आईवडील चारचौघात विचित्रपणे वागतात किंवा बोलतात आणि त्यामुळे मुलांना लाजल्यासारखे होते.

तेव्हा मी जेमतेम पंधरा वर्षांची होते. माझी सख्खी व चुलत मिळून एकूण सात भावंडे व माझी आई असे सर्व जण मिळून अल्जेर, ओहिओ येथे माझ्या नेव्हीमधल्या काकांच्या स्मृतिदिनानिमित्त त्यांना श्रद्धांजली वाहण्यासाठी निघालो होतो. आम्ही स्टेशनवॅगनमधून निघालो होतो व माझी आई गाडी चालवत होती. तिच्यासोबत पुढच्या सीटवर माझी लहान बहीण बसली होती. मी माझ्या दुसऱ्या धाकट्या भावाबहिणीबरोबर मधल्या सीटवर बसले होते आणि सर्वांत मागच्या सीटवर माझी चुलत भावंडे बसली होती.

एका सिग्नलला आमची गाडी थांबली तेव्हा मॉमने म्हटले, "आपण आता एक मजेदार खेळ खेळू तो म्हणजे मी तुम्हाला 'पळा' असा आदेश दिला की लाल दिवा हिरवा व्हायच्या आत तुम्ही आपल्या गाडीभोवती तीन चकरा मारून यायच्या." मॉमची आज्ञा पाळून लगेचच मी सोडून सर्व भावंडे तसे करण्यासाठी गाडीतून उतरली व पळू लागली. ते पाहून आजूबाजूचे लोक आमच्या गाडीकडे बोटे दाखवू लागली आणि हसू लागली पण मला मात्र लाजेने मेल्याहून मेल्यासारखे झाले. मी माझ्या सीटवर बसून खाली वाकले व माझा चेहरा लपवला.

"मॉम, तू चारचौघांच्या आयांसारखी 'नॉर्मलपणे' का वागत नाहीस?" मी विचारले.

"अगं, जरा मोकळेपणाने वागायला आणि आयुष्याचा आनंद घ्यायला शिक." ममा म्हणाली आणि तिचे बोलणे ऐकून बाकीच्यांनी मला 'कुजका कांदा' असे म्हणून चिडवायला सुरुवात केली.

जिमी म्हणाला, "असे खेळ खेळताना खरंच खूप मजा येते आणि लोकांनाही ते खेळ बघायला खूप आवडतात."

"हॅं, काहीही बोलतो हा! लोक आपल्याकडे बघून हसतात कारण त्यांना वाटते की आपण वेडे आहोत." मी म्हणाले.

पुढच्या वाटेवर मॉमने दोनदा आम्हाला हा खेळ खेळायला लावला. एकदा जेव्हा गाडीत गॅस (पेट्रोल) भरायचे होते तेव्हा आणि दुसऱ्यांदा जेव्हा गाडी परत एका सिग्नलवर थांबली होती तेव्हा! अर्थात दोन्ही वेळा मी या खेळात सहभागी न होता गाडीतच बसून राहिले.

त्यानंतर पुढे एका ठिकाणी जिमीने म्हणजे माझ्या लहान भावाने ममाला गाडी थांबवायला सांगितले, ममा मला जोराची शू लागली आहे असे म्हणत त्याने आपले पोट दाबून ठेवले.

"मघाशी गाडी थांबली होती तेव्हा का नाही रे गेलास?." मी जरा रागावूनच विचारले.

"तेव्हा इतक्या घाईची लागली नव्हती." त्याने म्हटले.

जिमी परत आल्यावर परत ममाने गाडीभोवती तीन चकरा मारायच्या खेळाचा आदेश दिला.

लोनी, म्हणजे माझ्या चुलत बहिणीने माझी नक्कल करत म्हटले, "मी नाही हं उतरणार गाडीतून."

ममा म्हणाली, "नाही चालणार. या वेळी तर प्रत्येकाने खेळात सहभागी व्हायचेच आहे. तेवढेच पाय मोकळे होतात आणि एकाच जागी बसून शरीर आखडलेले असते तेव्हा अशा फिरण्यामुळे आपल्याला जरा ताजेतवाने वाटते."

तितक्यात आमच्या पुढच्या मोकळ्या जागेत दुसरी एक कार येऊन उभी राहिली.

मी म्हणाले, "ते लोक आपल्याला असे करताना पाहून काय म्हणतील?"

"त्याचा विचार कशाला, ते लोक आपल्याला थोडेच परत कधी भेटणार आहेत?" ममा.

माझ्या चुलत भावंडांनी मला अक्षरश: गाडीतून बाहेर काढले आणि गाडीभोवती फेऱ्या मारायला लावल्या, पण प्रत्येक वेळी मी गाडीच्या दाराजवळून जाताना गाडीत शिरायचा प्रयत्न करत होते. सगळे जण गाडीत येऊन बसल्यावर मगच मला गाडीत शिरू देण्यात आलं. माझा चेहरा शरमेने लालबुंद झाला होता.

आम्ही फेऱ्या मारताना आमच्या पुढच्या गाडीतले लोक आ वासून आमच्याकडे पाहत होते. काय हा वेडेपणा! असे त्यांच्या चेहऱ्यावरचे भाव होते. त्या गाडीतल्या महिलेने गाडीच्या काचा बंद करून दरवाजा लॉक केला. कदाचित तिला भीती वाटली असावी की आम्ही तिलाही या खेळात सामील व्हायचा आग्रह करू.

आम्ही सर्व जण गाडीत बसल्यावर ममाने आमच्याकडे बघत प्रेमाने हात हलवला व तिने गाडी सुरू केली.

शेवटी एकदाचे आम्ही दफनभूमीजवळ येऊन पोहोचलो. काकांच्या स्मारकावर वाहण्यासाठी बरोबर घेतलेले फुलांचे गुच्छ गाडीतून काढायला मी ममाला मदत केली. तिथे गाडी उभी केल्यावर माझ्या लहान भावाने विचारले, "ममा, आपण परत एकदा इथे तो फेऱ्या मारायचा खेळ खेळू या ना."

"नाही, इथे नको! ते बरोबर दिसत नाही." ममा म्हणाली.

(आता पहिल्यांदाच ममा जरा विचारपूर्वक वागली असे मला वाटले.)

तितक्यात आमच्या मागून एक कार आली आणि आमच्या कारपासून थोड्या दूर अंतरावर उभी राहिली. माझ्या लक्षात आले की ती तीच कार होती, ज्यामधल्या महिलेने आम्हाला पाहून कारच्या काचा वर केल्या होत्या. "बघ ममा, ते लोक आपल्याला परत भेटले आणि तू म्हणत होतीस की ते लोक आपल्याला थोडेच परत कधी भेटणार आहेत?"

ममाने त्यांच्याकडे टक लावून पाहिले आणि एकदम ओरडली, "अगं लॉर्डी तू?" ममा धावतच त्या गाडीपाशी पोहोचली. लॉर्डी तिची बालमैत्रीण होती, लहानपणी तिच्या शेजारीच राहणारी. ममासोबत खेळणारी, अन् तिच्याच शाळेत असणारी!

तिला पाहून आता ममालाच थोडेसे लाजल्यासारखे झाले होते आणि मी मात्र गालातल्या गालात हसत गाडीपाशी उभी होते.

ममाने मला बोलवून तिच्या मैत्रिणीची ओळख करून दिली. मग लॉर्डीनेही तिच्या नवऱ्याशी आमची ओळख करून दिली. सुदैवाने लॉर्डी किंवा तिच्या नवऱ्याने मॉमच्या फेऱ्या मारण्याच्या खेळाबद्दल विचारले नाही म्हणून मला हायसे वाटले. मॉमही जणू काहीच घडले नाही असे वागत होती. मग त्या दोघींच्या आपापसात गप्पा सुरू झाल्या. लॉर्डी मावशीने मॉमच्या आईवडिलांबद्दल चौकशी केली आणि ममाने लॉर्डी मावशीच्या! तेव्हा लॉर्डी मावशी म्हणाली, "अगं कारमध्ये जरा नीट डोकावून बघ, माझे मॉम डॅड माझ्याबरोबरच आहेत. ममाने गाडीपाशी जाऊन पाहिले तर मागच्या सीटवर लॉर्डी मावशीचे वृद्ध आईवडील बसले होते. ममाने त्यांची विचारपूस केली पण एकीकडे तिला खूप शरमल्यासारखे झाले होते कारण तिच्या फेऱ्या मारण्याच्या खेळाची कहाणी लॉर्डी मावशीच्या आईवडिलांमार्फत, त्यांच्या शेजारीच राहणाऱ्या ममाच्या आईवडिलांपर्यंत, इतकेच नव्हे तर गल्लीतल्या सर्व लोकांपर्यंत पोहोचणार होती आणि ते जाणवून ममाचे गाल लाजेने लालबुंद झाले होते.

परतीच्या वाटेवर आम्ही एकदाही तो फेऱ्या मारण्याचा खेळ खेळलो नाही. इतकेच नव्हे तर ममाने परत कधीही तो खेळ खेळण्याचे नाव काढले नाही आणि ममाने तो खेळ खेळण्याचे सोडून दिल्याबद्दल मी लॉर्डी मावशी आणि तिच्या आईवडिलांचे मनोमन आभार मानले.

— जे.एम. कॉर्नवेल

कबुतरांचा 'कार'नामा

पक्ष्यांच्या विविधरंगी पिसाऱ्याप्रमाणे मनुष्याचे दुर्भाग्य कितीतरी प्रकारांनी समोर येते.

– एसचिलस

कुणाला कशाचे तर कुणाला कशाचे, पण माझा नवरा फ्रँक याला मोटारींबद्दल अतोनात प्रेम वाटते! तो मोटारींसाठी अगदी वेडा आहे म्हणा ना. तो सतत मोटारींबद्दल वाचत असतो, त्यांच्याविषयी बोलत असतो, आमच्या मोटारींना त्यांच्यासाठीच्या खास साबणाने धुणे आणि पुसणे किंवा त्यांचे तेलपाणी करणे हे सर्व तो हौसेने व प्रेमाने करतो. एखादी आई आपल्या मुलाला ज्या प्रेमाने जपते आणि वाढवते त्याच प्रेमाने तो त्याच्या मोटारींची काळजी घेतो. तो वेगवेगळ्या कार क्लबचा सदस्यदेखील आहे.

त्याच्या कारसाठी त्याने काही कडक नियम केले आहेत आणि गाडीत बसणाऱ्यांना ते पाळावेच लागतात. उदा. गाडीत बसून कोणतेही खाद्यपदार्थ न खाणे किंवा कुठलेही पेय न पिणे. फक्त लांब प्रवासाच्या वेळी पाणी पिण्याची परवानगी मिळेल. गाडी धुण्यासाठी गॅरेजमध्ये वा इतर ठिकाणी न देता स्वत:च्या हातांनी धुणे, शक्य असेल तर तुमची गाडी पार्किंगच्या जागेत न लावता इतर ठिकाणी लांब उभी करणे. म्हणजे मग त्या गाडीचा दरवाजा उघडताना तुमच्या गाडीच्या दरवाजाला नुकसान होणार नाही. अर्थात काही वेळा हा शेवटचा नियम थोडा सैल केला जातो, कारण बरेचदा गाड्या फक्त ठरावीक ठिकाणीच उभी करण्याच्या पाट्या लावलेल्या असतात. अशा वेळी तो शक्यतो आमची गाडी इतर गाड्यांपासून लांब उभी करतो म्हणजे मग दुसऱ्या गाडीचा दरवाजा उघडताना आमच्या गाडीच्या दरवाजाला अपाय होणार नाही.

ते उन्हाळ्याचे दिवस होते. छान उबदार हवामान होते. माझ्या नवऱ्याने त्याच्या

काही मित्रांबरोबर दुपारी बाहेर जेवायला जायचा बेत आखला होता. फ्रँक व मी तयार होऊन निघालो. निघण्यापूर्वी नेहमीप्रमाणे फ्रँकने आपल्या गाडीची तपासणी केली आणि निघालो. ठरलेल्या रेस्टॉरंटपाशी पोहोचल्यावर आजूबाजूला पार्किंगसाठी जागा न दिसल्यामुळे त्याने पार्किंगसाठीच्या जागेत अशा ठिकाणी गाडी ठेवली की त्याच्या नियमाप्रमाणे आजूबाजूला व मागेपुढे कुठलीही गाडी उभी करायला जागा नसेल. गाडी अशा सुरक्षित ठिकाणी उभी करता आली म्हणून तो आनंदून गेला. अर्थात या ठिकाणी गाडी उभी केल्यामुळे आम्हाला बरेच अंतर चालावे लागणार होते, परंतु भरभर चालत आम्ही जेवणाच्या ठिकाणी पोहोचलो.

आम्ही सगळ्यांनी पोट फुटेपर्यंत जेवण केले आणि तोंड दुखेपर्यंत गप्पा मारल्या. त्यानंतर सर्वांचा निरोप घेऊन आम्ही परत निघालो. आपली गाडी सुरक्षित असेल ना हे बघण्याच्या विचारात फ्रँक भराभरा पावले टाकत पुढे चालला होता आणि मी त्याच्या मागोमाग जाऊन त्याला गाठण्याचा प्रयत्न करत होते. आम्ही लांबून पाहिले तेव्हा आमची कार तिथे उभी असलेली दिसली आणि तिच्या आसपास दुसरी कुठलीही गाडी उभी नव्हती. ते पाहून फ्रँकला हायसे वाटले, मागे वळून माझ्याकडे पाहत तो म्हणाला, ''चला आज तरी दुसऱ्या गाडीचा धक्का लागण्याचा धोका टळला.''

''अरे पण हे काय? ही नक्की आपलीच गाडी आहे ना?'' त्याने विचारले. आमच्या गाडीचा रंग चंदेरी निळा असा होता, पण आता तिथे उभी असलेली गाडी क्रीम रंगाची दिसत होती. आमच्या गाडीच्या खिडक्या त्याने सकाळी साबणाने साफ करून चकचकीत केल्या होत्या, पण इथे उभी असलेल्या गाडीच्या खिडक्या दुधाळ रंगाच्या दिसत होत्या. ते पाहून फ्रँक पळतच पुढे गेला. मी त्याच्या किमान १०० फूट तरी मागे राहिले असेन. तो गाडीच्या जवळ गेला तेव्हाचा त्याचा चेहरा मला पाहता आला नाही, पण तो कुणाला तरी शिव्या घालत रडत असल्याचे मी ऐकले.

धापा टाकत मी गाडीपाशी पोहोचले. ती गाडी आमचीच होती, पण... आम्ही नसताना कबुतरांनी त्यावर घाण केली होती. इतकी की संपूर्ण गाडी त्यात न्हाऊन निघाली होती. फ्रँकला जी जागा गाडी ठेवण्यासाठी आदर्श वाटली होती तिच्यावरती शेकडो विजेच्या तारा लटकत होत्या. पक्ष्यांची बसण्यासाठीची ही अत्यंत आवडती जागा! आणि म्हणूनच या जागेवर कोणीही गाडी उभी केली नव्हती. आम्ही जेवायला गेलो असताना कबुतरांच्या सतरा पिढींचे कौटुंबिक संमेलन या जागेवर जमले असावे आणि त्यांनी सामूहिकरीत्या आपले 'विधी' उरकले असावेत.

ते सर्व पाहून फ्रँक स्तब्ध उभा होता. तोंडाने काहीबाही पुटपुटत होता अन् मध्येच ओरडत होता. त्याला भयंकर मळमळल्यासारखे होत होते. आता फक्त त्याच्या डोळ्यातून पाणी येणे बाकी होते आणि मी त्याची प्रिय प्रेमळ पत्नी मात्र

सर्व भावनांवर काबू ठेवत त्याला शांत करायचा प्रयत्न करत उभी होते, पण खरं सांगू? हा सर्व प्रकार पाहून आणि माझ्या नवऱ्याकडे पाहून मला अगदी खदाखदा हसू येत होते आणि मी ते कसेबसे दाबायचा प्रयत्न करत होते.

आता प्रश्न होता की घरी कसे जायचे? कारण समोरची काच पूर्णपणे घाणीने माखली होती. ती साफ केल्याशिवाय पुढचा रस्ता दिसणे शक्यच नव्हते. गाडीच्या आत शिरणेसुद्धा कठीण होते कारण दाराच्या हँडल्सवरसुद्धा विष्ठेने रंगकाम केले होते. मग फ्रँकने विंड वायपर सुरू केला तेव्हा समोरच्या काचेवरची थोडीशी वाळलेली विष्ठा दोन्ही बाजूंना उडाली. जेमतेम त्याला समोरचे दिसेल इतकी समोरची काच स्वच्छ (?) नव्हे विष्ठाविरहित झाली. मग त्याने हळूच गाडी पार्किंगमधून बाहेर काढली. मागच्या काचेवरही विष्ठेचे रंगकाम झाले असल्यामुळे गाडीच्या मागच्या बाजूचे काहीही दिसत नव्हते. गाडी चालवताना समोरचा रस्ता दिसावा म्हणून फ्रँक विचित्र स्थितीत बसून गाडी चालवत होता. तोंडाने काहीतरी पुटपुटत होता. मी मात्र खाली मान घालून बसले होते. जेव्हा जेव्हा माझी नजर वर जात होती तेव्हा सर्व बाजूंची कबुतरांची विष्ठा पाहून मला हसू आवरत नव्हते. फ्रँक मात्र माझ्याकडे पाहत रागाने म्हणत होता, ''यात हसण्यासारखे काय आहे? ही काही विनोदी गोष्ट नाहीये.''

आम्ही कसेबसे घरी पोहोचलो. फ्रँकने अर्थातच ताबडतोब गाडी धुऊन टाकली. जेव्हा केव्हा मला ही गोष्ट आठवते व मी ती दुसऱ्यांना सांगते तेव्हा मला खदखदून हसू येते. फ्रँकला मात्र हा प्रकार अजिबात विनोदी वाटत नाही. मी हसायला लागले की तो मला म्हणतो, ''बार्बरा यात हसण्यासारखे काय आहे? ही काही विनोदी गोष्ट नाहीये.''

– बार्बरा लोमोनॅको

बोलण्यात हरवली वाट

ज्या व्यक्तीवर तुमचे प्रेम नसते अशा कोणत्याही व्यक्तीबरोबर कधीही सहलीला जाण्याचा बेत आखू नका.

– अर्नेस्ट हेमिंग्वे

काही वर्षांपूर्वीची गोष्ट! मी माझ्या कुटुंबीयांसमवेत आमच्या कारमधून माझ्या आईवडिलांना भेटायला निघालो होतो. माझे वडील निवृत्त झाले होते आणि त्यानंतर ते दोघे इडाहो येथे राहायला गेले होते. आमची दोन छोटी पिल्ले मोटारीत मागच्या सीटवर आरामात झोपली होती आणि माझा माझ्या पत्नीबरोबरचा सुखसंवाद रंगात आला होता. आम्ही दोघे आमच्या गत आयुष्यातील सुखद आठवणी किंवा विनोदी किस्से आठवून मनमुराद हसलो. त्याच वेळी भविष्यातील बेत व स्वप्नरंजन करताना आम्ही इतके गुंग होऊन गेलो की बस्स! खूप दिवसांनी आम्ही अशा रिलॅक्स्ड मूडमध्ये बाहेर फिरायला गेलो असल्याने मन उल्हसित झाले होते.

पण अचानक सॉल्ट लेक सिटीची पाटी समोर दिसली आणि मी भानावर आलो. ''अरेच्चा, बोलण्याच्या नादात आपण रस्ता चुकून उटाहाकडे पोहोचलेलो आहोत'' (उटाहा हे ठिकाण इडाहो या गावापासून खूप लांब आहे) मी म्हटले. पत्नीने 'आता पुढे काय' अशा प्रश्नार्थक नजरेने माझ्याकडे पाहिले.

सुदैवाने आम्ही प्रवासातील रस्त्याचे नकाशे बरोबर घेतल्याचे आम्हाला आठवले आणि आमच्याबरोबर आणलेल्या नकाशांमधून उडाहोला जाण्याचा बरोबर मार्गही आम्हाला शोधता आला. इतकेच नव्हे तर या नकाशांचा वापर करून लवकरात लवकर इडाहोला कसे पोहोचता येईल हेही आम्हाला समजले.

त्यानुसार बरोबर रस्ता पकडण्याआधी मी घरी फोन करून मॉम डॅडला कळवले की ''डॅड, आम्हाला घरी पोचायला थोडा उशीर होईल कारण वाटेत एका ठिकाणी जरा खोळंबा झाला आहे.''

"अरे पण तुम्ही आहात तरी कुठे?." डॅडनी विचारले.

"आम्ही रस्ता चुकून खूप पुढे आलो." मी म्हटले.

"तुम्ही तिथे कसे काय पोहोचलात?" डॅडनी विचारले. डॅड आपले हसू आवरायचा प्रयत्न करत आहेत हे त्यांच्या आवाजावरून मला जाणवले.

मला उगाचच लाजल्यासारखे झाले. एखाद्या टीन एजमधल्या मुलाची कुठलीतरी मिस्कील खोडी वडिलांच्या लक्षात यावी आणि त्याबाबत त्यांनी त्या मुलाला विचारल्यावर त्याला कसे वाटेल तसेच त्या क्षणी मला वाटत होते. अर्थात मी त्या वयात असल्या खोड्या कधीच केल्या नव्हत्या.

आमच्या त्या प्रवासात मी दोन आनंददायी गोष्टींचा अनुभव घेतला ज्यांचे महत्त्व मला पूर्वीइतके कधीच जाणवले नव्हते. एक म्हणजे आपल्या पत्नीबरोबर सुखदु:खाच्या गोष्टी बोलत गाडी चालवल्यास प्रवासाची रंगत वाढते आणि दुसरे म्हणजे कुठेही प्रवासाला निघताना रस्त्यांचे नकाशे घेणे जरुरी आहे.

या प्रवासात आमच्याबरोबर हे नकाशे नसते तर आम्ही कॅनडाला पोहोचून इडाहोचा रस्ता शोधत राहिलो असतो.

अखेरीस जेव्हा आम्ही माझ्या आईवडिलांच्या घरी पोहोचलो तेव्हा या आनंददायी प्रवासामुळे प्रवासाचा शीण अजिबात जाणवला नाही.

आणखी एक गोष्ट सांगायची राहिली ती म्हणजे नेवाडामधील एल्को या गावाला काउबॉय पोएट्री (गुराख्यांच्या कवितांचे गाव) असे म्हणतात. त्या गावाच्या नावाच्या पाटीवर तसा उल्लेख आहे.

मग काय? तुम्ही पण करणार ना असा एखादा प्रवास?

— सिसिल स्वेटलंड

टर्की पळाली भांडे सोडून...

घरात काही गोंधळ गडबड होत नसेल किंवा एखादी नवनिर्मिती होत नसेल तर ओळखावे की स्वयंपाकघरात जेवणाची वेळ आहे.

– मेसोन कूलि

ही सात वर्षांपूर्वीची गोष्ट आहे. थँक्स गिव्हिंग डे च्या दिवशी घडलेली. माझ्या आयुष्यात त्यापूर्वी कितीतरी थँक्स गिव्हिंग डे येऊन गेले व या दिवसानंतरही आम्ही कितीतरी वेळा हा दिवस साजरा केला, परंतु या इथे उल्लेख केलेल्या थँक्स गिव्हिंग डे च्या आठवणी माझ्या स्मृतिपटलावर नेहमीच ताज्या राहतील.

त्या दिवशी सकाळी ८.३० वाजता मी माझ्या मॉम डॅडच्या घरी पोहोचले होते. लगेचच मी आणि मम्मा आम्ही दोघीं मिळून थँक्स गिव्हिंग डे च्या खास मेजवानीच्या तयारीला लागलो. या दिवशी आम्ही आपले पारंपरिक पदार्थ बनवतो. आमचे कुटुंब मूळचे इटलीमधील, त्यामुळे या दिवशी खास इटालियन चवीच्या पारंपरिक पदार्थांनी आमचे टेबल सजलेले असते. या वेळी आम्ही बनाना केक, तळलेले कार्डोन्स, भरलेले आर्टिचोक्स यांसारखे चविष्ट इटालियन पदार्थ बनवून आमची मेजवानीची रंगत वाढवणार होतो.

त्या दिवशी खूप थंडी होती. स्वयंपाकघरातली आणि डायनिंग टेबलवरील गर्दी टाळण्यासाठी डॅडच्या गाडीच्या गॅरेजचा वापर आम्ही दुसरे फ्रीज म्हणून केला आणि शिजवलेले सर्व अन्नपदार्थ मी एक एक करून गाडीच्या डिकीवर ठेवून दिले. मॉमने फ्रीजमधून २३ पौंड वजनाची टर्की काढली. तिला मिठाच्या पाण्याने धुऊन आम्ही त्याला ओव्हनमध्ये भाजण्यासाठी ठेवले. मस्त खरपूस भाजून तयार झाल्यावर मी गाडीच्या डिकीवर इतर पदार्थांसोबत टर्कीही ठेवून दिली. सर्वच पदार्थ कसे छान तयार झाले होते. आता संध्याकाळी सगळे मिळून एकत्र बसून निवांतपणे आम्ही या पदार्थांचा आस्वाद घेणार होतो.

तितक्यात डॅड आले व आम्हाला म्हणाले की, ''मी जरा बाहेर जाऊन येतो.'' आम्ही आमच्याच नादात होतो. डॅडच्या बोलण्याकडे आमचे लक्षच नव्हते.

बराच वेळ गेला. एव्हाना मी आणखी एक पदार्थ तयार केला होता व तो गॅरेजमध्ये ठेवण्यासाठी म्हणून मी तिकडे गेले, पण पाहते तो काय तिथे कार नव्हती. माझी नजर ड्राइव्हवेकडे गेली आणि मी जोरात किंचाळलेच, कारण माझा बनाना स्पिल्ट केक उलटा होऊन जमिनीवर पडला होता आणि काही आर्टिचोक्स व कार्डोन्स रस्त्यावर इकडेतिकडे पसरून पडल्या होत्या.

माझे किंचाळणे ऐकून मॉम बाहेर आली आणि तिला ते दृश्य पाहून मोठा धक्का बसला. तितक्यात आमच्या शेजारी राहणाऱ्या आंटीने मला सांडलेल्या आर्टिचोक्स व कार्डोन्स भरून ठेवायला मदत केली व त्यांच्यावरची माती व कचरा साफ करत ती म्हणाली, ''नशीब बरे, म्हणून सगळे काही सांडले नाही आणि या सांडलेल्या आर्टिचोक्स व कार्डोन्सवरसुद्धा तेवढे काही खराब झाल्यासारखे वाटत नाही. जरासे नॅपकीनने पुसले तर सगळे नीट साफ होतील बघ.'' मी तिचे आभार मानले.

हे पदार्थ गोळा करून ठेवल्यानंतर मला अचानक लक्षात आले की टर्की कुठेही दिसत नाही! मी इकडे तिकडे पाहिले. रस्त्यावर थोडे पुढे जाऊन पाहिले पण कुठेही टर्कीचा मागमूस नव्हता. ममाचा धीर सुटला आता ऐनवेळी दुसरी भाजलेली टर्की बाजारात मिळणे अशक्यच होते. ''ममा मी माझ्या गाडीतून जाऊन पुढेपर्यंत पाहून येते.'' असे म्हणत मी जवळजवळ तीन किमीपर्यंत अंतर गाडीतून जाऊन आले. पण टर्कीचा पत्ता काही लागला नाही. मग मला वाटले की डॅडच्या लक्षात आल्यावर त्याने टर्की असलेले फ्राइंग पॅन गाडीमध्ये ठेवले असावे. त्या विचाराने मला एकदम हायसे वाटले आणि मी परत येऊन ममाला तसे सांगितले तेव्हा तिचाही जीव भांड्यात पडला.

आम्हाला राहून राहून एकाच गोष्टीचे आश्चर्य वाटत होते ते म्हणजे गाडीच्या डिकीवर एवढी सारी भांडी ठेवली असल्याचे डॅडच्या लक्षात कसे आले नाही? ''तुझे डॅड बरेचदा, धुक्यात हरवल्यासारखे वागतात इतके की काही वेळा त्यांना आजूबाजूला कोण आहे किंवा काय चालले आहे याचे भानही राहत नाही.'' मॉम म्हणाली.

त्यानंतर तासाभराने डॅड घरी परतले. आत येताना त्यांच्या हातात फ्राइंग पॅनमधील टर्की होती. ''अगं तुमच्या टर्कीने माझ्यासोबत चर्चव्हिले ते गेट्सपर्यंतचा नऊ मैलांचा प्रवास केला.'' डॅड म्हणाले, ''काय झालं म्हणून सांगू तुम्हाला, मी जेव्हा बफेलो रोडवरून मॉनिट्यू रोडवर वळत होतो तेव्हा मागच्या बाजूला काहीतरी पडल्याचा आवाज आला आणि मी ब्रेक दाबला. गाडीतून उतरून मी मागे जाऊन

पाहिले तो मला टर्की असलेले पॅन रस्त्यावर घरंगळत जाताना दिसले, पण त्यावरचे झाकण कुठेतरी गायब होते. मी टर्की उचलली व गाडी घेऊन पुढे गेलो, आणि घरी येताना घराच्या रस्त्यावर मला फ्राइंग पॅनचे झाकणही सापडले.''

त्यानंतर मी आणि मॉमने परत थँक्स गिव्हिंग डे च्या मेजवानीच्या तयारीवर शेवटचा हात फिरवायला सुरुवात केली. रस्त्यावर पडलेल्या टर्कीला परत मिठाच्या पाण्याने धुऊन मसाला वगैरे लावून आम्ही गॅरेज ऊर्फ फ्रीजमध्ये ठेवून दिले. माझ्या बहिणी येताना आणखी थोड्या आर्टिचोक्स व कार्डोन्स घेऊन आल्या आणि आम्ही परत त्या शिजवायची तयारी सुरू केली.

खरं सांगू तुम्हाला पण त्या दिवशीचे जेवण आम्हाला अधिकच गोड लागले कारण आम्ही दोनदोनदा परिश्रम करून सर्व स्वयंपाक केला होता. झालेला मनस्ताप व श्रम विसरून आम्ही सर्व जण जेवणाचा आस्वाद घेत होतो. या सर्वांमध्ये मला डॅडचे विशेष आभार मानावेसे वाटतात कारण कोणतीही लाज न बाळगता व स्वत:चा हुद्दा आणि मान विसरून रस्त्यावर घरंगळत जाणाऱ्या टर्कीला उचलून कारमध्ये ठेवले.

ताजा कलम- तुम्ही बरेचदा धुक्यात हरवल्यासारखे वागता, इतके की बरेचदा तुम्हाला आजूबाजूला काय चालले आहे किंवा कोण आहे याचे भानही राहत नाही ह्या ममाच्या शेऱ्यावर डॅडने स्वत:च्या बचावाकरता दिलेले उत्तर : 'मी तसे वागतो कारण मी पाच मुलींना मोठे केले आहे.'

– लॉरी गिलारो सेकार

पिवळी बस

लहान मूल म्हणजे गालाला सुंदर खळ्या असणारी, पण माथेफिरू असलेली व्यक्ती.

— राल्फ वाल्डो इमर्सन

आमचा एकुलता एक चिमुकला छकुला शाळेत जाण्यासाठी पहिल्यांदा घराच्या बाहेर पडणार होता तेव्हाची गोष्ट! आमच्या दोघांमध्ये एका गोष्टीवरून वाद सुरू झाला तो म्हणजे त्याला शाळेत कसे पोहोचवायचे? मला आणि कोडीला (आमचा मुलगा) शाळेच्या बसने जाण्याचा पर्याय योग्य वाटत होता कारण स्कूलबसमधून प्रवास करताना त्याला इतर मुलांची ओळख झाली असती. चारचौघांमध्ये मिळून मिसळून राहायला शिकता आले असते. पण माझ्या बायकोच्या दृष्टीने स्कूलबस म्हणजे जणू सैतानच! तिच्या मते स्कूलबसने मुलाला पाठवणे तेवढे सुरक्षित नाही. तापलेल्या बसमधून प्रवास करणे त्रासाचे असते आणि स्कूलबसचे ड्रायव्हर वाटेल तशी गाडी चालवतात वगैरे!

जवळपास एक आठवडाभर या विषयावर चर्चा होऊन शेवटी माझा आणि कोडीचा विजय झाला आणि त्याला स्कूलबसनेच शाळेत पाठवायचे ठरले.

शाळेचा पहिला दिवस! दुपारी ११.४५ वाजता तयार होऊन आम्ही आम्हाला सांगितलेल्या बसस्टॉपवर बसची वाट बघत उभे राहिलो होतो. तितक्यात मला आमच्या बाजूच्या इमारतीत राहणारी, अन् कोडीच्याच वयाची असलेली छोटी मुलगी निक्की बसस्टॉपकडे येताना दिसली. वा! कोडीला कंपनी मिळाली तर! मी खूश होऊन म्हटले. निक्की बसस्टॉपवर आल्यावर मी कोडी आणि निक्कीला एकत्र बोलवून म्हटले, "आजपासून तुम्ही एकत्र शाळेत जाणार, मग येताना दोघांनीपण एकत्रच यायचे बरं का!"

'हो अंकल', असे म्हणत निक्कीने मान डोलावली.

पण पाऊणे बाराचे सव्वा बारा होऊन गेले तरी स्कूलबसचा पत्ताच नव्हता. ऊन मी म्हणू लागले होते. उन्हाच्या झळांमुळे कोडी आणि निक्कीची अवस्था कोमेजलेल्या फुलांप्रमाणे झाली होती आणि कोडीची मम्मी? ती संतापाने आतल्या आत उकळत होती. इतक्यात समोरून बस येताना दिसली आणि मला हायसे वाटले. विजयी मुद्रेने मी कोडीच्या मम्मीकडे पाहिले. 'बसचा ड्रायव्हर सांताक्लॉजसारखा दिसतो आहे' असे कोडीने म्हटले आणि ते खरेही होते. सांताक्लॉजसारखी मोठी दाढी मिश्या आणि चेहऱ्यावरही तसेच मिस्कील हसू! कोडी आणि निक्की मोठ्या आनंदाने बसमध्ये शिरले.

त्या दिवशी दुपारची गोष्ट! कोडीला शाळेतून घरी आणायचे म्हणून आम्ही आणायच्या बसस्टॉपवर येऊन उभे राहिलो. येतानाही बस पंधरा मिनिटे उशिरा आली आणि वारुळातून मुंग्या बाहेर पडाव्यात तशी बसमधून एकएक करून मुलं बाहेर येऊ लागली. पण कोडी त्यात नव्हता. ड्रायव्हरही कुणीतरी वेगळाच दिसत होता. मी बसमध्ये शिरून पाहिले. कदाचित तो झोपला असेल असे मला वाटले. निक्की एका सीटवर बसलेली दिसली. कुठे उतरायचे ते तिला माहीत नसावे.

निक्की, कोडी कुठे आहे? : मी

मला काय माहीत? : निक्की

तू त्याला वर्गात पाहिलसं का? : मी

मला माहीत नाही : निक्की.

"अगं असं काय करतेस, मी तुला म्हटलं होतं ना की येताना तुम्ही दोघे एकत्र या म्हणून" मी हताश स्वरात म्हणालो.

एव्हाना कोडीच्या आईचा जीव भीतीने आणि रागाने वेडापिसा झाला होता.

निक्कीला काय कळतंय? असं म्हणत माझ्यावर रागारागाने ओरडत ती शाळेत फोन करण्यासाठी घरी पळाली.

मी मात्र कोडीला कुठे आणि कसं शोधावं याचा विचार करत राहिलो. तितक्यात बसमध्ये असलेल्या आणि शाळेशी जोडलेल्या रेडिओवरून एक घोषणा झाली. केटी नावाची मुलगी शाळेतून घरी पोहोचली नव्हती म्हणून तिच्यासाठी शोधाशोध सुरू होती. इथे कुणी केटी नावाची मुलगी आहे का? मी बसमधल्या त्या छोट्या फुलपाखरांना विचारले. पण माझ्या प्रश्नाला कुणीच उत्तर दिले नाही. इतक्यात माझे लक्ष माझ्यापासून दोन फूट अंतरावर असलेल्या एका मुलीकडे गेले. तिचे वर्णन तंतोतंत केटीच्या वर्णनाशी जुळत होते ते पाहून मी तिच्याजवळ गेलो आणि तिला विचारले, "तुझे नाव केटी आहे का?" तिने नुसतेच माझ्याकडे पाहिले. मी दोनतीनदा तिला तोच प्रश्न विचारला तेव्हा शेवटी तिने हो म्हटले. मी ड्रायव्हरच्या हातून रेडिओचा स्पीकर काढून घेतला आणि रेडिओवर घोषणा करणाऱ्या केटीच्या

आईला केटी सुरक्षित असल्याचे सांगितले तेव्हा तिच्या आईचा जीव भांड्यात पडला. तिला बसमधून उतरवून मी शाळेत तिची वाट बघत असलेल्या तिच्या आईकडे पोहोचवले तेव्हा एक सत्कृत्य केल्याचे समाधान मला मिळाले होते.

हा सर्व प्रकार होत असताना, इकडे कोडीच्या आईने घरी जाऊन शाळेत फोन केला होता आणि कोडी शाळेतच असल्याचे तिला समजले होते तेव्हा ती तडक तिची कार घेऊन कोडीला शाळेतून आणण्यासाठी गेली. कोडी घरी आल्यावर त्या संध्याकाळी आमच्या दोघांची परत वादावादी झाली. तिने मला रानटी, मुलाबद्दल प्रेम नसलेला माणूस म्हटले तर मी तिला म्हटले की, 'तू पराचा कावळा करून उगाच घाबरते आहेस. सुरुवातीच्या दिवसांत असे व्हायचेच, आपण अजून एक-दोन दिवस बघू या.'

दुसऱ्या दिवशी मात्र सगळे सुरळीत पार पडले, म्हणजे बस अगदी वेळेवर आली आणि कोडी अगदी सराईतपणे बसमध्ये चढला. त्याला पोचवून मी घरी आलो आणि थोड्या वेळाने फोन खणाणला. फोन कोडीच्या शाळेतूनच आला होता आणि कोडी शाळेत पोहोचला नसल्याचे कळले होते.

माझ्या पायाखालची जमीन सरकल्यासारखे झाले. त्याक्षणी मला वाटले की मी जगातला सर्वांत वाईट बाप असेन! कोडीची मम्मी मला खाऊ की गिळू या नजरेने बघत होती. मला काही अपशब्द बोलून ती तडक घराच्या बाहेर पडली. खरंतर मलाही खूप अपराधी वाटत होते अन कोडीला शोधायला पोलिसांची मदत घ्यावी का असा विचार मी करत असतानाच परत फोन खणाणला. कोडी शाळेत पोहोचला होता. झाले काय, की नव्यानेच शाळेत घातल्यामुळे काल तो दिवसभर खूप दमला होता आणि त्याचा शीण येऊन तो आज बसमध्ये लगेच झोपी गेला होता. शाळेत पोहोचल्यावर निक्की त्याला उठवायला विसरली होती. शाळेत मुलांना सोडल्यावर सांताक्लॉजने बस डेपोमध्ये बस नेली आणि तो बसमधून उतरणार तितक्यात त्याला एका सीटवर काहीतरी हलताना दिसले त्याने जवळ जाऊन पाहिले तर कोडी झोपलेला दिसला. त्याने बस परत शाळेपाशी नेऊन त्याला शाळेत सोडले.

एका तासाने कोडीची मम्मी घरी परत आली ती संतापाने वेडी होऊनच! मला मारून टाकावे आणि निक्कीच्या एक सणसणीत थोबाडीत हाणावी असे तिला वाटत होते.

त्यानंतरच्या दिवशी बस जवळजवळ ४५ मिनिटे उशिरा आली. कारण काय तर बसमधले डिझेल संपल्यामुळे ती रस्त्यातच बंद पडली होती. सांताक्लॉजची नजर डॅशबोर्डवरच्या इंडिकेटरवर कशी गेली नाही याचे आम्हाला आश्चर्य वाटले. फोन करून मागवलेल्या दुसऱ्या बसमध्ये बसून मुलं शाळेला निघाली होती. यातच

पाऊण तास मोडला होता आणि आत बसलेली मुलं बिचारी भट्टीत बसल्याप्रमाणे भाजून निघाली होती.

या गोष्टीला आता अकरा वर्षे होऊन गेली आहेत. माझा मुलगा आता हायस्कूलमध्ये शिकतो. तो सहा फूट उंच आहे आणि त्याने कराटेची चँपियनशिप मिळवली आहे.

पण अजूनही त्याची आई त्याला स्वत:च्या गाडीतून शाळेत पोहोचवते आणि आणते.

– डॅरी मॅटेरा

अंकल बर्नी

तुम्हाला एखाद्या गोष्टीत मजा येत नसेल तर त्याचा अर्थ हा की तुम्ही
ती गोष्ट योग्य प्रकारे करू शकत नाही!

– बॉब बॅसो

अंकल बर्नी हे काही माझ्या खऱ्या सख्ख्या काकांचे नाव नाही. पण ते माझ्या आजीच्या (आईची आई) एका पुतण्याचे नाव होते. अर्थात ही गोष्ट मला मी मोठी झाल्यावरच कळली, पण लहानपणापासून मी त्यांना आमच्या घरी बरेचदा बघत आले आहे. आमच्याकडच्या कुठल्याही सणासमारंभात, अगदी कोणाचे लग्न असो किंवा कुणाचा मृत्यू असो बर्नी काकांची हजेरी कायम ठरलेली असायची. इतकेच नव्हे तर बरेचदा सुट्टीच्या दिवशी किंवा शनिवार-रविवारीसुद्धा ते आमच्याकडे यायचे. त्यांचा स्वभाव अत्यंत विनोदी आणि मिस्कील होता आणि सतत शाब्दिक कोट्या करून ते आम्हाला हसवत, पण ते तितकेच दयाळू आणि प्रेमळ असल्याने आम्हाला त्यांचा सहवास हवाहवासा वाटे. त्यांनाही लहान मुले फार आवडत. त्यांच्या सहवासात बरीच लहान मुले येत असल्याने त्यांनी आम्हा सर्वांना टोपण नावे दिली होती. एखाद्या लहान मुलीबद्दल उल्लेख करताना ते साधारणपणे अशी हाक मारत, 'ती जेनीची मुलगी पेनी' किंवा 'ही मिनीची मुलगी स्किन्नी' वगैरे. ही टोपणनावे आम्हाला इतकी घट्ट चिकटली गेली की आमच्यापैकी बऱ्याच जणांसाठी ती आजही कायम राहिली आहेत.

बर्नी अंकलना संध्याकाळच्या टीव्हीवरच्या बातम्या बघायला फार आवडे. विशेषत: हंटले आणि ब्रिंकले ह्या दोघांच्या वार्ताहर जोडीने दिलेल्या बातम्या बघणे तर त्यांच्या खास आवडीचे. पण असे असूनही त्या दोघांची नावे त्यांच्या लक्षात राहिली नाहीत. दरवेळी या जोडीला ते नवीन नावाने हाक मारत आणि आम्ही ते ऐकून खदाखदा हसत असू.

अंकल बर्नी अतिशय उदार अंत:करणाचे होते. सर्व नातेवाईक मुलांच्या वाढदिवसाच्या निमित्ताने ते प्रत्येकाला काही भेटवस्तू देत. त्यांना आमच्या प्रत्येकाच्या वाढदिवसाच्या नक्की तारखा माहीत नसत म्हणून आमच्या घरी येताना ते या भेटवस्तू घेऊन येत. आपल्या कारमध्ये त्यांनी मुलामुलींसाठी आणलेल्या भेटवस्तू आकर्षक कागदात गुंडाळून ठेवलेल्या असत, पण गंमत अशी की कोणत्या कागदात काय गुंडाळले आहे हे त्यांच्या लक्षात न राहिल्यामुळे भलत्या मुलामुलीला भलतीच भेटवस्तू दिली जाई. यामुळे भलताच गोंधळ उडत असे. माझ्या दहाव्या वाढदिवसाला चुकून त्यांनी टाय बक्षीस दिला तर दुसऱ्या दिवशी वाढदिवस असलेल्या माझ्या चुलत भावाला त्यांनी कानातले डूल भेट दिले, अर्थात आम्ही दोघांनी त्या वस्तू आपापसात बदलून घेतल्या.

अंकल बर्नींचे वाहन चालवण्याचे कौशल्यही वाखाणण्याजोगे होते. एकही अपघात होऊ न देता गाडी चालवण्याचे अंगभूत कसब त्यांच्यापाशी होते. आमच्या नातेवाईक कुटुंबातल्या सर्व मुलांना गाडी चालवायला शिकवण्याची जबाबदारी त्यांनी आपणहून स्वत:वर घेतली होती आणि आमच्या सर्वांच्या पालकांनीही निर्धास्तपणे आम्हाला बर्नी अंकलकडे सोपवले होते.

१९५५-६० सालच्या दरम्यानची ही गोष्ट आहे. त्या वेळी वाहन चालवण्यास शिकवण्यासाठीच्या ड्रायव्हिंग स्कूल नुकत्याच उघडल्या गेल्या होत्या. आमच्या सर्व नातेवाईक मंडळीत मिळून एकूण पाच मुले सोळा ते अठरा वयोगटांतली होती आणि म्हणून बर्नी अंकलने आम्हा पाचही जणांना ड्रायव्हिंग शिकवण्याचे ठरवले.

एका शनिवारी आम्हा पाच जणांना त्यांच्या शेवरोलेमध्ये बसवून अंकल बर्नीने आम्हाला गाडी चालवण्याचे धडे द्यायचे ठरवले. त्यांनी एका मोठ्या मोकळ्या शेताकडे गाडी वळवली आणि गाडी शिकण्यासाठी चालकाच्या जागी शिष्य क्र.१ला बसवले व ते त्याच्याशेजारी बसून सूचना देऊ लागले. आम्ही बाकीचे चौघे जण मागच्या सीटवर बसलो. आमच्यापैकी कोणीही बर्नी अंकलची गाडी कधीही चालवून पाहिली नव्हती, मग अंकलने भराभर त्याला समजावून सांगितले. आधी गाडी सुरू कर, मग क्लच दाब, मग गाडी पहिल्या गिअरमध्ये टाक. मग अलगद दुसरा पाय ॲक्सिलेटरवर दाबून क्लच सोड वगैरे... माझ्या चुलत भावाने त्यांच्या सांगण्याप्रमाणे केले पण ॲक्सिलेटर इतका जोरात दाबला की गाडी एका झाडावर जाऊन आपटली. सुदैवाने कोणाला काही दुखापत झाली नाही. पण आम्ही सर्व जण घाबरून गेलो.

बर्नी अंकल मात्र शांत होते. त्यांनी आम्हाला सर्वांना उतरून आजीच्या घरी चालत जायला सांगितले. जिथे आम्ही सर्व जण त्या दिवशीच्या रात्री जेवणाकरिता जाणार होतो आणि अंकल बर्नीसुद्धा येणार होते.

जेवायच्या वेळी आम्ही सर्व जण परत एकत्र आलो. अंकल बर्नी म्हणाले, ''आजच्या जेवणाची सुरुवात प्रार्थनेने करू या आणि परमेश्वराचे आणि शेतातल्या झाडाचेही आभार मानू या. कारण आज ते झाड तिथे उभे नसते तर गाडी शेतात चरणाऱ्या गायींवर जाऊन धडकली असती.''

आमच्या गंभीर चेहऱ्यावर अलगदपणे हसू झळकले आणि त्या प्रसंगाची चर्चा पुन्हा कुणीही केली नाही. पुढे आम्ही सर्व जणच ड्रायव्हिंग स्कूलमधूनच गाडी चालवायला शिकलो.

आता अंकल बर्नी या दुनियेत नाहीत, पण त्यांच्या आठवणी आमच्या मनात कायम असतात आणि कायम राहतीलही. आम्ही सर्व जण प्रेमाने त्यांची आठवण काढतो आणि एकत्र जमलो असताना त्यांच्याबद्दल नेहमीच आदरभावाने बोलतो.

— हेलेन झेनाकिस

गाडी चालवण्याचे धडे

तुमच्या मुलाला सोनेनाणे देण्यापेक्षा त्याला एखाद्या कौशल्यात तरबेज करणे नक्कीच अधिक चांगले आहे.

– एक चिनी म्हण

माझ्या लहानपणीच्या आठवणीत, थंडीतील हिमवादळे व त्यामुळे दहा फुटांच्या उंचीपर्यंत साचलेल्या बर्फाच्या ढिगाऱ्यांबाबतच्या व त्यामुळे लोकांना आठवडाभर घरांमध्ये अडकून पडाव्या लागण्याच्या रोमांचक कहाण्या नेहमीच ताज्या राहिल्या आहेत. न्यू इंग्लंडमध्ये हे असे प्रसंग बरेच वेळा घडल्याच्या गोष्टी जरी निव्वळ ऐकीव बातम्या असल्या तरी १९५० साली माझ्या कुटुंबीयांना असे बर्फाचे ढिगारे साठल्यामुळे बरेचदा ओळीने दोनदोन दिवस घराबाहेर पडता आले नव्हते.

आमचे घर गावाला लागून असलेल्या हमरस्त्याला जोडणाऱ्या एका मैलभर लांब अशा छोट्या रस्त्याच्या अगदी टोकाला होते. बरेचदा बर्फ पडला की या रस्त्यावर साचलेला बर्फ कुणी साफ करायचा याबाबत बाजूच्या गावातील आणि आमच्या खेडेगावातील लोकांमध्ये वादावादी होत असे. त्या वेळी मी खूप लहान होतो, त्यामुळे तो बर्फ आम्हाला साफ करावा लागला तरी मला त्याचे काही वाटत नसे. परंतु माझ्या वडिलांना या गोष्टीचा खूप राग येई. गंमत म्हणजे बरेचदा बर्फ पडताना तो थांबायच्या आधीच ते या गोष्टीबाबत तक्रार करून मोकळे होत. त्यांच्या तक्रारीची दखल घेऊन मग बर्फ काढून टाकण्याचे वाहन घेऊन येणारे ड्रायव्हर रस्त्यावरचा बर्फ अर्धवट काढून टाकत व त्यामुळे येणाऱ्या-जाणाऱ्या वाहनांना एकदम जाता येत नसे, त्यामुळे वाहतुकीचा खोळंबा होई आणि या प्रकारामुळे माझे वडील आणखीनच संतापत.

हा त्रास दूर करण्याकरिता डॅडने ठरवले की त्यांचा मालवाहू ट्रक त्या बर्फ जमलेल्या ढिगाच्या रस्त्यावरून चालवून तो रस्ता सपाट करायचा. मग त्यांनी ताशी

३० किमी इतक्या वेगाने आपला ट्रक रस्त्याच्या विरुद्ध दिशेने चालवायला सुरुवात करून ट्रकच्या टायरने बर्फाचे ढीग सपाट करायला सुरुवात केली. जोपर्यंत ट्रक रस्त्यावरून पुढे जाऊ शकेल, तोपर्यंत त्या रस्त्यावरून ट्रक ते पुढे नेत. काही वेळा समोरून येणारे वाहन त्या ढिगाऱ्यामध्ये अडकून पडे. मग डॅड आपला ट्रक जोरात पुढे घेऊन रस्ता मोकळा करत व त्या वाहनवाल्याला बाहेर येण्यास मदत करत.

एका दुपारी डॅडने त्यांचा ट्रक बर्फाच्या ढिगावरून जरा जोरातच पुढे नेला आणि तो एका बाजूला कलंडला. सुदैवाने डॅडना काही दुखापत झाली नाही व ट्रकचेही फारसे नुकसान झाले नाही. परंतु तो कलंडलेला ट्रक सरळ करण्यासाठी डॅडना शेजारचा ट्रॅक्टर बोलवावा लागला आणि त्याला २० डॉलर्स द्यावे लागले.

पण ट्रक कलंडण्यामध्ये आपलीच चूक होती हे डॅडना अजिबात मान्य होईना. कारण इतकी वर्षे ट्रक चालवण्याचा अनुभव त्यांच्या गाठीशी असल्याने त्यांनी ट्रक सर्व प्रकारे चालवण्याचे कौशल्य आत्मसात केले होते. कलंडण्याचे कारण शोधण्यासाठी त्यांनी परत त्या जागेवरून ट्रक चालवत नेला. तेव्हा ५० फुटांच्या अंतरापर्यंत सर्व काही व्यवस्थित असल्याचे त्यांना आढळून आले होते, पण त्यानंतर ट्रकचे चाक कशावर तरी आदळल्याने ट्रक परत एका जागी ठप्प झाला व एका बाजूला कलंडला. डॅडने ट्रकमधून खाली उडी मारली व ट्रक कशावर आदळला आहे ते पाहण्यासाठी त्यांनी त्या जागेवरचा बर्फ बाजूला केला, तेव्हा ओकच्या एका झाडाच्या बुंध्यावर आदळून ट्रक कलंडल्याचे त्यांच्या लक्षात आले. खरेतर सात-आठ महिन्यांपूर्वी हे ओकचे झाड रस्त्याला लागून वाढत असल्याने लक्षात आल्याने त्यांनीच कापून टाकले होते.

डॅडचा ट्रक एकाच दिवशी एकाच जागी दोन वेळा कलंडल्याची बातमी वस्तीभर पसरली आणि तो एक थट्टेचा विषय बनला. 'एक वेगळे रेकॉर्ड केल्याबद्दल अभिनंदन!' असे बोल डॅडना ऐकून घ्यावे लागले.

मी मोठा झाल्यावर कुठल्याही ड्रायव्हिंग स्कूलमध्ये न जाता स्वत: डॅडने मला वाहन चालवायला शिकवले. वाहन चालवण्याच्या त्यांच्या अंगभूत कौशल्यांचा पुरेपूर फायदा मला करून देऊन त्यांनी मला बर्फाच्या ढिगातून ट्रक पुढे नेण्यास शिकवले.

काही वर्षांनंतरची गोष्ट! डॅडचा शिष्य म्हणून मी मोठ्या आत्मविश्वासाने मालवाहू ट्रक चालवायला सुरुवात केली. एक दिवस माझ्या ट्रकमधून लाकडे वाहून नेत असताना मला बर्फ साठलेल्या रस्त्याला सामोरे जावे लागले. सैन्यातील अधिकाऱ्यांप्रमाणे मी आत्मविश्वासपूर्वक त्या बर्फाच्या ढिगावरून ट्रक नेऊ लागलो. थोडे अंतर कापल्यानंतर अचानक माझा ट्रक एका बर्फाच्या ढिगापाशी अडला व ठप्प झाला. माझ्या हातचे स्टिअरिंग जागच्या जागी फिरू लागले आणि ट्रक

एकदम एका बाजूला कलंडला. सुदैवाने मला काही शारीरिक दुखापत झाली नाही, तरीपण मला मानसिकरीत्या जरा हादरून गेल्यासारखे झाले. स्वत:ला सावरून मी ट्रकमधून खाली उतरलो आणि पाहिले तर काय ट्रकमधला लाकूडफाटा इकडेतिकडे पडला होता. मी तो गोळा करण्याचा प्रयत्न करू लागलो, तोच रस्त्यावरून जाणाऱ्या दोन अनोळखी व्यक्तींनी माझी विचारपूस करून मला लाकूडफाटा गोळा करायला मदत केली. आडवा झालेला ट्रक उभा करायला जवळपास कोणी मिळेल का हे बघण्यासाठी मी चालत थोडे दूर गेलो. केवळ दहा-पंधरा मिनिटांचाच अवधी होता तो! पण जेव्हा मी परत आलो तेव्हा त्या ठिकाणी ना ती दोघे होती, ना तो लाकूडफाटा होता.

त्या दिवसापासून मी बर्फाच्या ढिगाऱ्याला सपाट करण्यासाठी त्यावरून ट्रक नेणे बंद केले –अगदी कायमचेच!

— ऑर्थर विकनिक, ज्युनिअर

एक आगळीवेगळी प्रेमकहाणी

जेव्हा एखादा पुरुष त्याच्या पत्नीला कारचा दरवाजा उघडून देतो तेव्हा त्याची कार तरी नवीन असते किंवा पत्नी तरी!

– प्रिन्स फिलिप

वाचकहो या कथेचे शीर्षक वाचून तुमची उत्सुकता ताणली गेली असणार ना! वाचा तर मग ही प्रेमकहाणी.

पी.टी. क्रुसर ही मोटार बाजारात पहिल्यांदा विक्रीसाठी आली तेव्हाची गोष्ट! माझा नवरा डेव्हिड तिच्या अगदी प्रेमातच पडला. त्याच्या मते ती त्याच्या स्वप्नातली मोटारकार होती. दिसायला नाजूक व आकर्षक, वैशिष्ट्यपूर्ण पण अत्यंत मजबूत बांधणीची म्हणजेच सर्व दृष्टीने परिपूर्ण! अर्थात ही गाडी कोणत्याही परिस्थितीत विकत घ्यायची हे त्याने निश्चित केले होते.

पण ह्या गाडीला मागणीही भरपूर असल्याने ती मिळेपर्यंत त्याला वाट बघावी लागणार होती. घरातली स्त्री गरोदर असल्यावर, येणाऱ्या अपत्याबाबत सगळ्यांना कशी उत्सुकता असते तशीच उत्सुकता सर्वांना लागून राहिली होती आणि गाडीसाठी नावनोंदणी केल्यानंतर जवळजवळ सात महिने डेव्हिड आमच्या जगात नव्हताच जणू! त्याच्या ध्यानीमनी अन् स्वप्नी एकच गोष्ट होती ती म्हणजे पी.टी. क्रुसरची मोटारकार. त्याचे या गाडीविषयीचे प्रेम पाहून कुणीतरी त्याला पी.टी. क्रुसरचे खेळण्यातले मॉडेल दिले आणि गंमत म्हणजे ख्रिसमसच्या वेळी त्याने बालक येशू ख्रिस्त, मेरी व जोसेफ यांच्याबरोबरच श्रद्धापूर्वक ते मॉडेलही पूजेकरिता ठेवले.

त्या वेळी डेव्हिड ऑफिसच्या कामानिमित्त बाल्टीमोअरला गेला होता. नेमकी त्याच वेळी त्याच्या स्वप्नातली कार डिलरकडे येऊन पोहोचली असल्याचा मला फोन आला. तो बाल्टीमोअरहून विमानतळावर उतरला तेव्हा खूप रात्र झाली होती.

त्याने तिकडूनच दमलेल्या आवाजात मला फोन केला. मी खूप दमलो आहे. येताना आमचे विमान तिथून खूप उशिरा सुटल्यामुळे आम्हाला एक रात्र विमानतळावर राहण्यासाठीची सोय करून दिली आहे तेव्हा मी उद्या सकाळी घरी येईन, चालेल ना? मी बरं म्हटले आणि पी.टी. क्रुसरच्या डिलरकडून फोन आल्याचे त्याला सांगितले. क्षणार्धात त्याच्या आवाजात एक प्रचंड उत्साह आल्याचे जाणवले आणि अतिशय उत्तेजित स्वरात तो म्हणाला, ''मी लवकरात लवकर घरी परत येईन.''

दुसऱ्या दिवशी पहाटे तो लवकर उठून घरी आला. आल्याआल्या घाईघाईने तयार होऊन आम्ही गाडीच्या डीलरकडे गेलो. तिथल्या विक्रेत्याने डेव्हिडच्या हातात एक कागद दिला आणि म्हणाला, ''हे बघा तुम्ही सही केलेले बील. या बिलानुसार गाडी तुमच्या ताब्यात घेतेवेळी तुम्हाला त्या गाडीच्या स्टिकरवर जी किंमत लिहिली असेल तेवढी रक्कम भरून गाडी ताब्यात घ्यावी लागेल.''

''असे कसे होईल?'' असे म्हणत मी मोठ्याने ओरडले. माझा नवरा चांगला सुशिक्षित होता तो असली चूक कधीही करणार नाही, ह्याची मला खात्री होती.

''अहो तुम्हीच त्यांची सही बघून खात्री करून घ्या.'' विक्रेत्याने म्हटले. त्याने असे म्हटल्यावर डेव्हिडही संशयास्पद रीतीने गप्प बसला.

एरवी पैसे अत्यंत जपून वापरणाऱ्या आणि व्यवहारीपणा दाखवणाऱ्या माझ्या नवऱ्याने या वेळी असा अव्यवहारी मूर्खपणा दाखवावा याचे मला अत्यंत वाईट वाटले आणि मी कपाळावर हात मारून घेतला.

''अगं, मी सही केल्याशिवाय ते गाडीची ऑर्डर पक्की करणार नव्हते. म्हणून मला आधी सही करावी लागली.'' डेव्हिड क्षीण स्वरात म्हणाला.

''तुम्ही इथून फक्त दोन पावले पुढे जा, तिथे तुम्हाला तुमची क्रुसर उभी दिसेल.'' विक्रेत्याच्या नजरेत विजयाचे हसू होते. आम्ही पुढे गेलो. १९३० सालच्या जुन्या गाड्यांप्रमाणे दिसणारी, लाल मरून रंगाची मोटार तिथे उभी होती. मी डेव्हिडकडे पाहिले. त्याचे माझ्याकडे लक्षच नव्हते. तो त्याची गाडी निरखण्यात गुंतला होता.

मी आत बसावे म्हणून त्याने गाडीचा दरवाजा उघडला व गाडीकडे पाहत म्हणाला, ''किती सुंदर गाडी आहे ना ही! तू इतकी सुंदर गाडी पूर्वी कधी पाहिली होतीस का?'' काहीतरी वेगळे उत्तर द्यावे असे माझ्या मनात होते, पण त्या क्षणी तरी मला त्याच्या आनंदावर विरजण पाडायचे नव्हते.

मी सीटवर बसले. अरे पण हे काय? गाडीमध्ये आपले हात ठेवण्यासाठीचे फक्त एकच आर्मरेस्ट दिसत होते. ''डेव्हिड या एवढ्या भारी गाडीत एकच आर्मरेस्ट कसे काय?'' मी विचारले.

''अगं ती एक क्षुल्लक गोष्ट आहे. मी माझे आर्मरेस्ट तुला वापरू देईन. या

कारला या वर्षीचे अद्ययावत मोटारीसाठीचे बक्षीस मिळाले आहे.'' त्याने माझे लक्ष दुसरीकडे वळवण्यासाठी म्हटले.

''फक्त एकच आर्मरेस्ट आणि तरीही अद्ययावत मोटारींसाठीचे बक्षीस? बहुतेक त्यांनी प्रवाशांची बाजू लक्षात घेतली नसावी.'' मी म्हणाले.

आणि गाडीतल्या इतर वस्तूंचे निरीक्षण करू लागले. ''डेव्हिड माझ्या सीटखाली ड्रॉवर नाहीत, खाली फक्त मोकळी जागा आहे.'' मी कुरकुरले.

''अगं तो विक्रेता, तिथला ड्रॉवर नंतर मोफत लावून देणार आहे.'' डेव्हिड म्हणाला.

''थोडक्यात म्हणजे तू एवढी जास्त किंमत देऊन ड्रॉवर नसलेली आणि एक आर्मरेस्ट नसलेली गाडी आनंदाने विकत घेतलीस.'' मी जरा घुश्श्यात म्हणाले.

''एवढं टोचून बोलायला नको काही. ही आतापर्यंत आलेल्या गाड्यांतील सर्वोत्तम कार आहे.'' त्याच्या बोलण्याला काहीच प्रतिक्रिया व्यक्त न करता मी त्या गाडीतून उतरले आणि माझ्या गाडीत जाऊन बसले आणि डेव्हिडच्या मागोमाग घरी आले.

त्यानंतर झोपेपर्यंत आमचे त्याच्या कारविषयीचं बोलणं सुरू होतं. मी त्याला विचारले, ''डेव्हिड समजा आपल्या घराला आग लागली तर तू पहिल्यांदा कुणाला वाचवशील, तुझ्या गाडीला की मला?'' एक क्षणभरही न थांबता तो म्हणाला, ''अर्थातच पहिल्यांदा गाडीला. कारण तुला तुझे पाय आहेत आणि म्हणून तू पळू शकशील.'' मला आणखी एक धक्का बसला.

त्यानंतर आपली नवीन गाडी घेऊन डेव्हिड गावभर हिंडला. पहिल्यांदा पेट्रोल भरायची वेळ आली तेव्हा त्याने मला म्हटले, ''गाडी एका लीटरमध्ये वीस कि.मी. धावली.' ''वीस कसे? ती तर किमान पंचवीस किमी. पळायला हवी होती.'' मी म्हटले.

''अगं ते हायवेवर; आपल्या इथल्या गर्दीच्या रस्त्यांवर वीस कि.मी. मिळाले तरी खूप झाले.

त्यानंतर काही दिवसांनी डेव्हिडला जरा बरे नव्हते. तो तापाने आजारी होता तरीपण आपल्या गाडीतून बाहेर फिरायला जावे असे त्याला वाटत होते. नेमके त्याच वेळी माझी गाडी गॅरेजमध्ये किरकोळ दुरुस्तीसाठी दिली होती. त्याची औषधे व इतर किरकोळ सामान आणण्यासाठी मी त्याची क्रुसर घेऊन बाहेर पडले. पण खरं सांगू, ती चालवताना मला तिच्यातल्या अनेक त्रुटी जाणवत होत्या. सगळ्यात महत्त्वाचे म्हणजे गाडीची मागची काच इतकी अरुंद होती की फक्त पुढे पाहूनच गाडी चालवणे भाग होते.

''डेव्हिड, तू ही गाडी कशी काय चालवू शकतोस? तुला मागचे काहीच दिसत नसले तरी.'' मी विचारले.

“त्यात काय मोठेसे! अगं गाडी मागे घेताना लोक आपोआपच बाजूला होतात.”

‘हा माणूस आहे की आणखी कोण?’ असे म्हणत मी कपाळावर हात मारून घेतला.

त्यानंतर थोड्याच दिवसांनी डेव्हिड ऑफिसमधून घरी आला तेव्हा त्याचा चेहरा उतरलेला होता. “एक वाईट बातमी आहे.” त्याने म्हटले.

“काय?” मी घाबरून विचारले. “कोणी अचानक वारले का?”

“नाही. माझी क्रुसर कंपनीकडून परत मागण्यात आली आहे. तिच्यातल्या त्रुटी काढून टाकण्यासाठी! क्रुसरची पेट्रोलची टाकी त्यांना सहा इंचांनी कमी करायची आहे आणि त्यांना गाडीत आणखी काही महत्त्वाचे बदलही करायचे आहेत.”

आपली लाडकी गाडी पूर्ण दोषविरहित असेल असे डेव्हिडला वाटत होते. त्यामुळे गाडी डीलरकडे नेताना त्याला मानसिक धक्का बसल्याचे जाणवत होते अन् अजूनही गाडी परत द्यावी लागणार या गोष्टीवर विश्वास बसत नव्हता.

तो घरी आला. निदान आता तरी तो या गाडीबद्दल काही अपशब्द बोलेल असे मला वाटले होते. आल्या आल्या तो मला म्हणाला, “तुला एक चांगली कल्पना सांगू?”

“काय? आपण ती क्रुसर विकून टाकून दुसरी एखादी गाडी घेऊ या हीच ना?” मी उत्सुकतेने विचारले.

“छे छे, काहीतरीच काय बोलतेस? उलट मी म्हणत होतो की आपण तुझी गाडी विकून आणखी एक पी.टी. क्रुसर विकत घेऊ या. कसे?”

ते ऐकून मी जागच्या जागी पुतळा होऊन स्तब्ध उभी राहिले.

– शेली मॉसले

४

फारसे गंभीर नाही

दफनभूमीकडे जाताना जाणवले की आयुष्य म्हणजे
दफनभूमीच्या वाटेवरची एक गमतीदार कहाणी होती.

– क्विंटेन क्रिस्प

मावशीचा खजिना

प्रत्येक व्यक्तीच्या मानसिकतेमध्ये असे काहीतरी खोल दडलेले असते की त्यामुळे त्याची गोष्टींचा संग्रह करायची वृत्ती निर्माण होते. अर्थात याला मीसुद्धा अपवाद नाही, पण ही वृत्ती आपण झटकून टाकली पाहिजे.

– टीम विनशिप

एखादी व्यक्ती आपल्या घरात किती आणि कोणत्या प्रकारचे सामान ठेवते यावरून त्या व्यक्तीबद्दल आपल्याला खूप काही जाणून घेता येते, हा मला नव्याने लागलेला शोध आहे. पहिली गोष्ट समजते ती ही की त्या व्यक्तीला वस्तूंचा संग्रह करायला आवडतो. त्या व्यक्तीच्या वृत्तीचाही थोडाफार अंदाज लावता येतो. या व आणखी अशा कितीतरी गोष्टी मला माझी मावशी मार्गारेट हिच्या मृत्यूनंतर समजल्या.

चौदा वर्षे कर्करोगाशी चिवटपणे झुंज दिल्यानंतर मार्गारेट मावशी हे जग सोडून गेली. तिचे घर प्रचंड मोठे होते आणि त्या घरात ती एकटीच राहत असे. तिच्या मृत्यूनंतर इस्टेट एजंटमार्फत तिचे घर व मालमत्तेची, योग्य रीतीने कड लावण्याची जबाबदारी मी व माझी बहीण ग्रेस हिच्यावर येऊन पडली.

इस्टेट एजंटला त्या घरच्या मालमत्तेची एकूण किंमत ठरवण्यासाठी घरातल्या वस्तूंची यादी लवकरात लवकर हवी होती, म्हणून त्या शुक्रवारी जोडून येणाऱ्या सुट्ट्यांच्या दिवशी आम्ही मावशीच्या घराची पाहणी करण्यासाठी जायचे ठरवले. खरेतर शनिवारी माझा वाढदिवस होता आणि नेमके त्याच वेळी मला हे साहसी काम करावे लागणार होते म्हणून जरा विषण्ण मनानेच मी या गोष्टीसाठी तयार झाले, पण शनिवारी आमच्या मदतीला माझी कॉलेजमध्ये शिकणारी मुलगी लेक्सी हीदेखील येणार होती. तिच्या गोड सहवासात मनाचे औदासीन्य दूर झाले असते म्हणून मी त्या दिवशी मावशीच्या घरी जाण्यासाठी होकार दिला.

आम्हाला दिलेल्या घराच्या नवीन किल्ल्यांच्या साहाय्याने मावशीचे घर उघडताना आम्हाला कसेसेच झाले. मावशीचे अस्तित्व नसलेले ते घर नाना प्रकारच्या वस्तूंनी भरलेले असूनसुद्धा कसे रिकामे आणि पोरके वाटत होते, मात्र तिच्या घराची अगदी जवळून पाहणी केल्यानंतर तिने तिच्या घरात काय काय दडवून ठेवले होते याचा आम्हाला उलगडा झाला आणि आम्ही हबकूनच गेलो. कारण एवढ्या प्रचंड सामानाची आवराआवरी आम्हाला करावी लागणार होती.

घरातली एकही जागा अशी नव्हती की तिथे काही सामान ठेवलेले नव्हते. शिवाय कपाटे, शेल्फ, टेबलाचे खण इ. सर्व काही वरपासून खालपर्यंत शिगोशीग भरले होते आणि अतिप्रमाणात भरल्यामुळे त्यांचे दरवाजे नीट न बंद होता त्यातील सामान अर्धवट बाहेर आले होते. सर्व खोल्यांच्या कोपऱ्याकोपऱ्यांमध्ये बॉक्स आणि बॅग्जमधून जुन्या पेपरची रद्दी आणि काही अडगळीचे सामान तसेच ठेवलेले दिसत होते. एका खोलीत तर इतके फर्निचर आणि इतक्या प्रकारचे दिवे ठेवलेले दिसत होते की ते एखादे दुकान असल्याचा भास झाला.

गंमत अशी की जोपर्यंत मार्गरिट मावशी या घरात राहत होती, तोपर्यंत आम्हाला कधीही हे घर इतक्या प्रचंड सामानाने भरलेले जाणवले नव्हते. कदाचित तिच्या अतिप्रभावशाली व्यक्तिमत्त्वाचा तो परिणाम असावा.

आवराआवरीला कुठून आणि कशी सुरुवात करावी हे आम्हाला कळत नव्हते, पण लेक्सी म्हणाली, ''आपण आजीच्या बेडरूमपासूनच आवराआवरीला सुरुवात करू या.'' त्या खोलीत शिरल्यावर आम्हाला वाटले की ही झोपायची खोली आहे

की कोठीची खोली? मार्गरिट मावशी अलीकडच्या काळात दुसऱ्या खोलीत का झोपायची याचे कारण आम्हाला कळले.

कांदा सोलताना त्याचे एकाखालील एक पापुद्रे नजरेसमोर जसे येतात तसेच तिच्या प्रत्येक कपाटातील सामानाच्या आतून दुसरे सामान बाहेर पडत होते आणि दुसऱ्याच्या आतमधून तिसरे! एकामागून एक अशा भरलेल्या पिशव्या रिकाम्या करायला आम्ही सुरुवात केली तेव्हा प्रत्येक पिशव्यातून जुनी ग्रीटिंग कार्ड्स, शेकडो मासिके, अर्धवट संपलेले चॉकलेटचे डबे, जुनी कागदपत्रे, जुनी बिले, ती शाळेत असल्यापासूनची शाळेची मासिके यांसारखी अडगळ बाहेर पडली. अर्थात ह्या गोष्टी अडगळीत टाकताना त्या आधी वाचूनच आम्हाला निर्णय घ्यावा लागत होता.

पण असे करताना आम्हाला खरोखरच काही दुर्मिळ गोष्टींचा खजिना हाती आल्यासारखे वाटले. माझ्या आईने ती मधुचंद्राला गेली असताना मावशीला पाठवलेले पत्र, आम्ही ज्यांच्याबद्दल नेहमी ऐकत आलो होतो, पण ज्यांना बघण्याचा योग आला नव्हता अशा नातेवाइकांचे फोटो, आमच्या वंशावळीतल्या लोकांचे फोटो इ. आश्चर्यजनक माहिती नजरेसमोर आली. मावशी शाळेत असताना तिला मिळालेली प्रमाणपत्रे बघायला मिळाली आणि मावशी वकिलीचा अभ्यासक्रम पूर्ण करणार होती याचाही आम्हाला शोध लागला.

मार्गरिट मावशीला भुसा भरलेल्या मऊ फरच्या खेळण्यांची अतिशय आवड होती आणि अशा खेळण्यांनी तिचे घर भरले होते. तिच्या खोलीत कोपऱ्याकोपऱ्यातील डझनवारी अत्यंत जुनी झालेली, विटकी, खिळखिळी झालेली आणि फाटायला आलेली फरची खेळणी आम्ही कचरापेटीतच टाकून दिली. या सर्वांमध्ये मार्गरिटचे सर्वांत लाडके फरचे खेळणे म्हणजे पांडा बेअर! गमतीची गोष्ट म्हणजे मार्गरिट मावशीने त्या पांडा बेअरला त्याच्या वाढदिवसानिमित्त पाठवलेली ग्रीटिंग कार्ड्स आणि पत्रेही आम्हाला सापडली! तिच्या आवडीचे हे पांडा बेअर आणि दुसरे एक अस्वल खोलीच्या कोपऱ्यातल्या खुर्च्यांवर विराजमान झाले होते आणि मावशीने त्यांच्या डोक्यावर केसांचा विग मुकुटाप्रमाणे बसवला होता. कर्करोगावरच्या केमोथेरपीच्या उपचारांच्या दरम्यान मावशीचे केस गळले होते व त्यासाठी तिला विग वापरावा लागत असे.

मावशीचे विग अस्वलाच्या डोक्यावर दिसणे ही गमतीशीर गोष्ट होती आणि त्यातून मावशीची विनोदबुद्धी प्रकट होत होती, तरी मावशीचे विग पाहिल्यावर आम्हाला तिच्या आठवणींनी भरून आले आणि क्षणभर आम्ही अस्वस्थ झालो. थोडा वेळ आम्ही तिघीही स्तब्ध बसून राहिलो. मार्गरिटच्या दृष्टीने बहुमोल असलेला तिचा खजिना आम्ही कवडीमोलाचा समजून तो फेकून द्यायला निघालो होतो आणि त्या फेकाफेकीचे मूक साक्षीदार होते मावशीचे पांडा बेअर आणि दुसरे अस्वल! त्या क्षणी तरी आम्हाला खूप अपराधी वाटले पण आमचा नाइलाज होता.

आता दुसरी कठीण कामगिरी होती ती म्हणजे पांडा बेअर व ते दुसरे अस्वल यांनाही उचलून फेकून देणे. मी आणि ग्रेसने यात पुढाकार घ्यायचे ठरवले. ग्रेसने कचऱ्याची पिशवी उघडली आणि मी त्या किमान सत्तर वर्षे जुने असलेल्या पांडा बेअरला अलगद उचलून विगसकट त्या पिशवीत टाकले. तसे करताना आम्ही तिघीही किंचाळलो. मनात परत अपराधीपणाची भावना दाटून आली पण त्यावर मात करत मी त्या दुसऱ्या अस्वलाला उचलले आणि परत विगसकट अलगदपणे पिशवीत टाकले आणि काय आश्चर्य, या पिशवीतून डिजिटल आवाजात 'हॅपी बर्थ डे टू यू!' चे गाणे ऐकू येऊ लागले. एका डोळ्यात आसू आणि दुसऱ्या डोळ्यात हसू अशा स्थितीत मी ती पिशवी उघडली अन् पाहिले. अस्वलाच्या पाठीत बसवलेले स्वरयंत्र दाबले गेले असल्याने त्यातून तो आवाज ऐकू येत होता. मावशीच्या वतीने मला वाढदिवसाच्या शुभेच्छा ऊर्फ आशीर्वाद मिळाल्याने मला गहिवरून आले. स्वत:ला कसेबसे सावरून मी पुढच्या आवराआवरीला लागले.

दुसऱ्या एका खोलीत मावशीचे अनेक प्रकारचे विग ठेवलेले दिसते होते. मानवी केसांपासून बनवलेले आणि अत्यंत किमती असलेले विग! खरेतर हे विग खूप चांगल्या अवस्थेतले आणि तितकेच भारीही असल्याने ते विकता येणे सहज शक्य होते, पण त्यांच्याकडे पाहिल्यानंतर मावशीने कर्करोगाच्या काय यातना भोगल्या असतील याची आम्हाला जाणीव झाली आणि ते क्षणभरही डोळ्यासमोर नकोसे झाल्याने त्यांना जास्त न हाताळता आम्ही ते कचऱ्याच्या टोपलीत फेकून दिले. गंमत अशी की त्या खोलीत असंख्य विग होते. प्रत्येक वेळी आता विग संपले म्हणून आम्ही दुसऱ्या एखाद्या गोष्टीकडे वळलो की लगेच खुर्चीखाली, ड्रॉवरमध्ये, बॅगेत किंवा कपाटामध्ये दडलेला एखादा विग समोर येई. त्या संध्याकाळी आम्हाला खोलीच्या उंचावरच्या खिडकीत एक काळे मांजर शांतपणे बसले असल्याचा भास झाला. लॅक्सीने जवळ जाऊन पाहिले तर ते मांजर नसून आणखी एक विगच असल्याचे लक्षात आले.

मावशीच्या घरातले जुनेपुराणे, विटके सामान काढण्यासाठी आम्हाला तिथे बऱ्याच खेपा कराव्या लागल्या. पण तिथली आवराआवरी करताना मला तिच्याजवळ जाऊन तिला समजून घेतल्यासारखे वाटले. कर्करोगाला सामोरे जावे लागल्यामुळे तिचा वर्तमानकाळ यातनामय होता. तो यातनामय वर्तमानकाळ ती धीराने भूतकाळाच्या सुखद आठवणींच्या साहाय्याने सोसत होती आणि म्हणूनच तिने भूतकाळाला घट्ट कवटाळून ठेवले होते व भूतकाळाचे प्रतीक असलेले आठवणींचे शंखशिंपले तिने वस्तूरूपात आपल्याकडे जपून ठेवले असावेत!

मावशी गेली अन् तिच्यापाठोपाठ तिने जपलेला खजिन्याचे अस्तित्वही लोपले. पण मावशीच्या या गोष्टी गोळा करण्याच्या छंदावरून योग्य तो बोध घेऊन

आम्ही आमच्या घरातही जास्तीच्या, नकोशा गोष्टींचा संचय करणे कमी केले व अशा गोष्टी न जमवता त्या वेळेवर फेकून देण्यास सुरुवात केली. एके दिवशी मावशीच्या घरातील पिशव्यांमधून जमलेले ग्रीटिंग कार्ड्सचे गठ्ठेच्या गठ्ठे फेकून दिल्यावर मला आठवले की माझ्या ऑफिसमध्येही मी दोन वर्षांपासूनची ग्रीटिंग कार्ड्स तशीच जमवून ठेवली आहेत. ती जमवून मी काय करणार होते? का वस्तू गोळा करून त्यांचा संग्रह करणे आमच्या माहेरच्या मंडळींच्या रक्तातच होते? मी ती ग्रीटिंग कार्ड्स उचलून सरळ फेकून दिली.

माझ्या सांगण्यावरून माझ्या वडिलांनी, त्यांनी जमवलेली अनेक विषयांवरची जुनी पुस्तके (ज्यांना ते अलीकडे हातही लावत नव्हते) ज्यांना हवी होती त्यांना वाटून टाकली.

माझ्या नवऱ्यानेही त्याच्या वेळची त्याची कॉलेजची पुस्तके आणि त्याचा इतर गोष्टींचा खजिना वेळेवरच कुणालातरी देऊन टाकायचे ठरवले. कारण आमची मुले त्याचा वापर करणार नाहीत हे त्याला ठाऊक आहे.

मात्र याबाबत मार्गरिट मावशीचे आभार मानलेच पाहिजेत. होय ना?

– कॉन्स्टन्स मॅडिसन

शेवटची इच्छा

बीअर म्हणजे सर्व समस्यांचे कारण तसेच त्यावरील उपाय होय.

– होमर सिंप्सन

खरंतर ही सर्व कहाणी तुम्हाला सांगावी की नाही याबद्दल माझ्या मनात संभ्रम निर्माण झाला आहे. स्वत:च्या सावत्र वडिलांच्या अंत्यसंस्काराबद्दल चारचौघांना सांगणे ही काही मानाची गोष्ट नव्हे, पण तुम्हाला सांगतो की आम्ही आमच्या सावत्र वडिलांना जी आदरांजली वाहिली होती ती अंत:करणपूर्वक केली होती. आमच्या खऱ्या वडिलांशी घटस्फोट घेऊन झाल्यानंतर मॉमने वॉल्टर नावाच्या साधारण पस्तिशीतल्या व तिच्यापेक्षा तरुण असलेल्या माणसाशी विवाह केला. वॉल्टरने आम्हा पाच मुलांची जबाबदारी आनंदाने कशी काय स्वीकारली ते देवच जाणे! मॉमच्या अचानक झालेल्या मृत्यूनंतर वॉल्टरच आमच्या कुटुंबाचा प्रमुख झाला व काही दिवसांनी त्याने पुनर्विवाह केला, परंतु असे असतानाही आम्ही पाचही भावंडे त्याच्याकडे चुंबकाप्रमाणे खेचली जात होतो.

वॉल्टर आम्हाला फिरायला नेत असे. आम्हाला आवश्यक ते मार्गदर्शन करत असे आणि आमच्या कुठल्याही कठीण समस्येच्या वेळी आम्हाला आधार देत असे. पाच मुलांच्या वडिलांची भूमिकाही त्याने समर्थपणे निभावली होती आणि म्हणूनच आम्ही कळत्या वयात आल्यावर आम्हाला वॉल्टर म्हणजे एक आदर्श व्यक्ती वाटू लागला.

त्यानंतर काही वर्षांतच कर्करोगाला बळी पडून वॉल्टरने या जगाचा निरोप घेतला. आम्ही सर्व भावंडे दु:खात पुरते बुडून गेलो, पण वरकरणी शांतपणा दाखवत आम्ही अंत्यविधीची तयारी सुरू केली. वॉल्टरच्या चाहत्यांना त्याचे अंत्यदर्शन घेता यावे यासाठी आम्ही एका उघड्या शवपेटिकेत त्याचे शव ठेवून अंत्यदर्शनासाठी लोकांना दफनभूमीमध्ये येण्याची विनंती केली व जे कोणी अंत्यदर्शनाला येत होते त्यांचे गंभीर चेहऱ्याने आभार मानले.

जवळजवळ चोवीस तास आम्ही ताणलेल्या चेहऱ्याने गंभीरपणे व शांततेने त्या दफनभूमीमध्ये बसलो होतो. पण त्यानंतर माझ्या भावाची एक जुनी मैत्रीण अंत्यदर्शनासाठी आली आणि तिला पाहून इतका वेळ आम्ही सर्वांनी धारण केलेला गंभीर मुखवटा नकळत गळून पडला आणि आमच्या चेहऱ्यावर एक हलकी स्मितरेषा उमटली. असे असली तरी आमच्या मनातला आदरभाव कायमच होता. थोड्या वेळाने दुसऱ्या भावाची आणखी एक मैत्रीण आली तेव्हा परत नकळत सर्वांच्या चेहऱ्यावर हसू उमटले. काही वेळाने एक मैत्रीण आली. तिने नाकात भलीमोठी रिंग घातली होती व त्यामुळे ती खरंच खूप गमतीशीर दिसत होती ते पाहून आम्हाला आमचे हसू आवरता आले नाही, पण आम्ही इतरांना कळू न देता हसण्याचा प्रयत्न करत होतो. मग त्या हास्याचे रूपांतर अंत्यदर्शनासाठी आलेल्या ज्येष्ठ मंडळीच्या गमतीजमती एकमेकांच्या कानात सांगण्यात झाले आणि अंत्यदर्शनाच्या वेळी असलेली गंभीरता पूर्णपणे नाहीशी झाली.

त्यानंतर आम्ही एका चर्चमध्ये प्रार्थनेसाठी गेलो व तिथून आमच्या शहरातील सर्वांत मोठ्या दफनभूमीत पोहोचलो. वॉल्टर सागरी दलात असल्याने अत्यंत आदराने व इतमामाने त्याचे अंत्यसंस्कार करण्यात येणार होते. त्याच्या दलातील सर्व मंडळीने सागरी दलाला साजेसे अभिवादन केले तेव्हा सगळ्यांचेच डोळे पाणावले होते. माझे भाऊ, बहिणी व आमचे सर्वांचे जोडीदार, शवपेटिकेत चिरनिद्रा घेत असलेल्या वॉल्टरकडे टक लावून पाहू लागलो. त्याचे पार्थिव फुलांच्या हाराने भरून गेले होते. त्या वेळी माझे मनही त्याच्या विषयीच्या आदराने भरून आले व वॉल्टरच्या मृत्यूमुळे आम्ही काय गमावले याची जाणीव होऊन मनात वेदना उमटली, त्याचबरोबर आदल्या दिवशी केलेल्या हास्यविनोदाची आठवण होऊन मला अपराधी वाटले.

त्यानंतर आम्ही आमच्या कारकडे परत जाऊ लागलो. तितक्यात कुणीतरी, शुक शुक करून आम्हाला थांबवले. मी इकडेतिकडे पाहिले तर जवळपास कोणीही दिसत नव्हते. मी नीट पाहिले तेव्हा एका झाडामागून एक माणूस हळूच डोकावून आमच्याकडे पाहत होता.

तो वॉल्टरचा शाळेत असल्यापासूनचा मित्र जॉर्ज होता. त्याच्या हातात बीअर कॅन्सचा एक मोठा बॉक्स होता. आमच्या दिशेने हळूच पुढे येत तो म्हणाला, 'सगळे जण निघून गेले का?''

मी म्हणालो, ''हो, आता फक्त आम्ही भावंडेच उरलो आहोत.''

अस्सं? मग बरं झालं. असं म्हणत त्याने बीअरचा बॉक्स जमिनीवर आमच्या पुढ्यात ठेवला आणि क्षणभर स्तब्ध उभा राहून म्हणाला, ''वॉल्टर जेव्हा मृत्युशय्येवर

होता तेव्हा त्याने मला म्हटले की जेव्हा मला दफनभूमीमध्ये नेले जाईल तेव्हा तू बीअर घेऊन तिथे हजर राहा, पण लपून बस आणि जेव्हा सर्व जण निघून जातील व फक्त माझी मुले उरतील तेव्हा तुम्ही सर्व जण मिळून माझ्यावर शवपेटिकेवर बसून बिअर प्या.'

ते ऐकून आम्हाला प्रचंड धक्का बसला आम्ही आळीपाळीने त्या शवपेटिकेकडे, बीअरकडे आणि जॉर्जकडे पाहू लागलो. कोणीही काही बोलण्याच्या मन:स्थितीत नव्हते. काही क्षण नीरव शांततेत गेल्यानंतर आमच्यापैकी एक जण पुढे झाला व त्याने बीअरचा कॅन उघडून घोट घेण्यास सुरुवात केली. पाठोपाठ इतरांनीही त्याचे अनुकरण केले आणि आम्ही आमच्या सावत्र वडिलांच्या स्मरणार्थ 'बीअरपान' केले.

दफनभूमीतले कर्मचारी आमच्याकडे विचित्र नजरेने पाहत होते, तरीपण आम्ही सर्वांनी मिळून बीअरचा बॉक्स संपवला व वॉल्टरची शवपेटिका जमिनीत खोल पुरेपर्यंत तिथेच थांबलो.

दफनभूमीत अशा प्रकारे वागणे आम्हाला पटले नव्हते व ते योग्यही दिसत नसले तरी वॉल्टरची शेवटची इच्छा म्हणून आम्हाला तसे करणे भाग पडले.

वॉल्टरला अखेरची सलामी देऊन आम्ही तिथून बाहेर पडलो.

— केनिथ लिंच

चोर आणि शिपाई

कौटुंबिक जीवनात मिळणारे सर्वांत चांगले बक्षीस म्हणजे ज्या व्यक्तीशी तुमची एरवी कधी ओळखसुद्धा झाली नसती अशा व्यक्तींशी जवळून परिचय होणे.

– केंडोल हॅल्ने

माझ्या शाळेतल्या प्रियकर मित्राशीच माझे लग्न झाले. त्या वेळी मी फक्त अठरा वर्षांची होते. माझे वडील दूरदर्शनवर संचालक म्हणून काम पाहत आणि माझ्या आईने दूरदर्शनवरच्या सिनेमात काम वगैरे केले असले तरी आमचे कुटुंब पारंपरिक रूढींना महत्त्व देणारे होते.

पण आमचे सासरचे कुटुंब मात्र अगदी वेगळ्या प्रकारचे होते. माझी सासू खूप विनोदी वृत्तीची होती. तिचे लग्न पाच वेळा झाले होते आणि त्या पाचापैकी दोन वेळा तर तिने एकाच नवऱ्याशी लग्न केले होते. माझ्या नवऱ्याचे तीन काका पोलीस अधिकारी होते. माझ्या सासऱ्यांच्या बाजूने सांगायचे झाले तर त्यांचे वडील काही बेकायदेशीर व्यवसाय करणाऱ्यांपैकी होते व त्यांना काही काळ तुरुंगाची हवाही खावी लागली होती. सासऱ्यांचा भाऊही गुन्हेगारी क्षेत्रातला होता. त्यांच्या काकांचा मुलगा दमदाटी करून जबरदस्तीने वसुली करणाऱ्यांपैकी एक होता.

लहान वयात मला हे सर्व व्यवसाय म्हणजे नक्की काय हे माहीत नव्हते. फक्त एवढेच माहीत होते की माझ्या सासू सासऱ्यांकडची मंडळी प्रेमळ आणि आयुष्याचा आनंद घेणारी आहेत.

माझ्या नणंदेचे आकस्मिक निधन झाले आणि आमच्या घरच्या मंडळींना प्रचंड मानसिक धक्का बसला. त्या सर्वांना सावरून जवळच्या सर्व मंडळींना अंत्यदर्शनासाठी बोलवणे व अंत्यविधीनंतर घरी शांतिप्रार्थनेसाठी बोलवण्यासाठीच्या कार्यक्रमाची

तयारी करण्याची जबाबदारी माझ्याच अंगावर येऊन पडली. माझ्या नवऱ्याला धीर देत मी म्हणाले, "मी जवळच्या सर्व नातेवाईकमंडळींना फोन करून बोलवून घेते."

माझ्या नणंदेचा अंत्यविधी मोठ्या इतमामाने पार पडला. बोलावलेली सर्व मंडळी अंत्यदर्शनासाठी हजर राहिली. आम्ही दफनभूमीहून येईपर्यंत माझ्या मैत्रिणींनी घरी शांतिप्रार्थनेसाठीच्या कार्यक्रमाची नीट तयारी करून ठेवली होती.

आम्हाला घरी यायला उशीर झाला. तोपर्यंत बाकीची मंडळी पुढे आली होती. पण आम्ही घरी आलो तेव्हा घरात सर्व मंडळी एकत्र न बसता वेगवेगळ्या खोलीत बसलेली दिसली. थोडक्यात सांगायचे झाले तर चोरमंडळी एकीकडे आणि पोलीस मंडळी दुसरीकडे बसलेली दिसत होती. यापूर्वी ही सर्व मंडळी एकत्र कधीच आली नव्हती.

शांतिप्रार्थनेचा कार्यक्रम कुठल्याही प्रकारची व्यावसायिक वादावादी न होता पार पडला. त्यानंतर काही दिवसांनी माझ्या नवऱ्याच्या पोलिसांतील काकांपैकी एका काकूने भेटल्यावर मला सांगितले की त्या दिवशी अंत्यविधीनंतर जेव्हा आम्ही घरी आलो तेव्हा गुन्हेगारी क्षेत्रातल्या नातेवाइकांशी त्यांचा प्रत्यक्ष परिचय झाला आणि गप्पा मारता आल्या आणि बेकायदेशीर व्यवहार करणाऱ्या माझ्या सासऱ्यांनी पोलिसांकडील मंडळींना जेवणासाठीचे निमंत्रणही दिले. त्यानंतर दोन्ही कडच्या मंडळींची मैत्री वाढत गेली व बेकायदेशीर व्यवसाय करणारे असूनही व्यक्ती म्हणून माझे सासरे किती चांगले आहेत हेही त्या पोलिसांकडच्या मंडळींना कळले.

पोलीस व चोर यांचे कार्यक्षेत्र पूर्ण वेगवेगळे असले तरी एकमेकांबद्दल त्यांच्या मनात सद्भावना रुजल्या होत्या आणि कुटुंबाचे घटक म्हणून ते ऐक्याने आणि सामंजस्याने राहू लागले होते.

— क्रिस्टिन बायरॉन

असाही एक अंत्यविधी

काही वंशवृक्षांवर अतिशय विचित्र चवीची फळे येतात.

– वेन. एच.

माझ्या नवऱ्याच्या आजोबांचा अंत्यसंस्कार म्हणजे आत्तापर्यंत मी पाहिलेल्या अंत्यसंस्कारातील सर्वांत विचित्र अंत्यसंस्कार विधी होय.

आमच्या लग्नानंतर जवळजवळ पंधरा वर्षांच्या काळात मी माझ्या नवऱ्याच्या आजीला तिच्या पाचही नातवंडापैकी एकाशीही प्रेमाने वागताबोलताना पाहिले नव्हते आणि जेव्हा माझ्या नवऱ्याचे आजोबा आजारी पडले तेव्हा मला तिचे खरे रूप दिसले. आजोबांचा शेवट जवळ येत चालला होता तेव्हा आजी म्हणाली, 'आता जर ह्यांनी प्राण सोडले नाहीत तर मी त्यांना समुद्रात ढकलून देईन. ते ऐकून मला प्रचंड धक्का बसला होता, पण मला असे वाटले की बराच काळ एका आजारी माणसाची शुश्रूषा करून दमलेल्या एका स्त्रीचे हे उद्गार होते, आणि जी स्त्री आयुष्यात कुणाशीही चांगली वागली नाही ती कुणाच्या अंतिम क्षणी तरी कशी चांगली वागू शकणार होती?

आजोबांचे निधन झाल्यावर ते प्रार्थनेसाठी जात असलेल्या मॉरम चर्चमध्ये शांतिप्रार्थना करण्यात आली. त्यानंतर त्यांच्या अंत्यविधीसाठी आम्हाला चर्चपासून अर्ध्या तासाचे अंतर असलेल्या ठिकाणी जायचे होते व त्यानंतर परत चर्चमध्ये येऊन प्रसादाचे जेवण करायचे होते.

चर्चमध्ये शिरताना आमच्या हातात आजोबांच्या जीवनप्रवासाविषयी माहिती देणारे पत्रक देण्यात आले. त्या पत्रकावर आजोबांचा फोटो छापला नव्हता आणि पत्रकासाठी वापरलेला कागदही हलक्या प्रतीचा होता. आजीने पैसे वाचवण्याचा प्रयत्न अशा रीतीने केला होता तर!

आम्ही आमच्या जागेवर येऊन बसलो. मला आजोबांची शवपेटिका अमेरिकेच्या

राष्ट्रध्वजामध्ये गुंडाळलेली दिसली, पण तो ध्वज पूर्णपणे चुरगळलेला दिसत होता. आजोबांनी सैन्यात नोकरी केली होती हे मला माहीत नव्हते, पण अंत्यसंस्काराच्या वेळी तो ध्वज नीट इस्त्री करून वापरला असता तर बरे झाले असते असे मला वाटले.

त्यानंतर आजोबांना आदरांजली वाहण्यासाठी चर्चमधील एका प्रमुख वक्त्याने भाषण सुरू केले. तो ज्या प्रकारे बोलत होता त्यावरून हे स्पष्ट दिसत होते की त्याला आजोबांविषयी काहीही विशेष माहिती नव्हती व हातात दिलेल्या कागदावरील माहिती वाचून तो नुसते वरवरचे काहीतरी बोलून वेळ मारून नेत होता. फक्त जेव्हा त्याला कळले की आजोबा पण उटाहाचे रहिवासी होते तेव्हा त्याच्या बोलण्याला दिशा मिळाली आणि मग मीसुद्धा उटाहाचाच रहिवासी आहे व माझ्यामध्ये व आजोबांमध्ये किती गोष्टींत सारखेपणा आहे याबाबत भाषणबाजी सुरू केली. त्यांचे बोलणे इतक्या विनोदी प्रकारचे होते की आम्हाला कुणालाही आजोबांच्या आठवणींनी रडू न येता हसू येऊ लागले.

भाषणबाजीचा कार्यक्रम एकदाचा आटोपल्यानंतर आम्ही दफनभूमीकडे वळलो. तिथे माझा नवरा, माझे सासरे व नवऱ्याचे इतर दोन भाऊ मिळून अंत्यसंस्कार करणार होते. जाताना आम्ही सर्व एकदमच गेलो पण तिथे पोहोचल्यावर माझ्या नवऱ्याचा मोठा भाऊ व त्याचे कुटुंबीय अचानक कुठेतरी गायब झाले.

आम्ही खूप वेळ वाट पाहिली, पण ते कुठेही दिसले नाहीत. आम्हाला त्यांच्याशिवायच अत्यंविधीला सुरुवात करावी लागली, कारण आजीने या विधींसाठी मोजक्याच वेळेचे पैसे भरले होते आणि त्या वेळेतच आम्हाला ते विधी आटोपून घेणे जरुरी होते.

दफनभूमीतल्या एका सेवकाला अंत्यसंस्कारासाठीचा चौथा सदस्य म्हणून घेतले गेले आणि अंत्यविधीला सुरुवात करणार तितक्यात आजी तिचा कॅमेरा घेऊन पुढे आली. तिला नवऱ्याच्या कॉफीनवर बसलेला स्वतःचा व इतरांचा फोटो काढून हवा होता. कुटुंबातल्या प्रत्येक सदस्याला फोटोसाठी कसे उभे राहायचे हे सांगण्यात येऊन त्याचा फोटो काढण्यात आला. हा सर्व प्रकार बघून मी हतबुद्धच झाले आणि हे फोटो काढण्यात आजीचा काय हेतू होता हे मात्र मला समजले नाही.

फोटो काढून झाल्यानंतर माझ्या नवऱ्याचा मोठा भाऊ व त्याचे कुटुंबीय दफनभूमीकडे येताना दिसले. भूक लागली म्हणून वाटेत थोडेसे काहीतरी खाण्यासाठी ते थांबले होते.

अंत्यसंस्कार आटोपून घरी जाताना त्या दिवशीची प्रत्येक घटना आमच्या डोळ्यासमोर फेर धरून नाचत होती. आम्ही घरी पोहोचलो तेव्हा माझे डोळे खूप

लाल झाले होते. माझ्या मुलांना सांभाळणाऱ्या दाईने म्हटले, 'तुम्ही खूप रडलेल्या दिसता.' तिला सत्य सांगायची माझी हिंमत झाली नाही.

माझ्या नवऱ्याने ह्या प्रसंगाबद्दल कोणाजवळही अवाक्षर न काढण्याचे सांगितले होते. मात्र आज दहा वर्षांनंतर मी हे तुमच्यासमोर सांगत आहे.

— मे डी. सोनेनफेड

शवागाराची सफर

व्यावसायिक जगतात तुम्हाला दोन प्रकारे मिळकत होते, एक म्हणजे पैशाच्या स्वरूपात आणि दुसरी म्हणजे अनुभवाच्या स्वरूपात!
– हॅरोल्ड जेनिन

त्या वेळी मी सात-आठ वर्षांचा होतो. आम्ही राहत होतो ते घर खूप मोठे होते. आमच्या घराच्या मागच्या खोल्यांमध्ये मृत व्यक्तींना दफनविधीकरिता आणून ठेवले जाई. त्या वेळी मला माहीत नव्हते की माझे वडील स्थानिक दफनभूमीचे संचालक आहेत आणि हे काम केल्याबद्दल त्यांना पैसे मिळतात.

ते १९५३ चे साल असावे. उन्हाळ्याचे दिवस! माझी दुसरीची परीक्षा संपून शाळेला सुट्टी लागली होती. आमच्या घराच्या आजूबाजूला राहणाऱ्या बऱ्याच मुलामुलींशी माझी मैत्री होती आणि आम्ही रोज एकत्र जमून खेळ खेळत असू. आमच्या घराच्या पुढच्या दोन खोल्या माझ्या वडिलांनी आमच्यासाठी बंद करून ठेवल्या होत्या. त्या ठिकाणी मृतव्यक्तीचे दफनविधीपूर्व संस्कार केले जात. तिथे सतत लोकांची वर्दळ असे. अर्थात त्यातले कोणीही माझ्याशी बोलत नसे. मला आठवतंय की माझ्या मनात तेव्हा विचार येई की हे लोक माझ्या घरी येऊनसुद्धा माझ्याशी का बोलत नाहीत? त्या दोन बंद केलेल्या खोल्यांमधून नक्की काय चालते हे जाणून घेण्याचीसुद्धा मला खूप उत्सुकता होती.

एक दिवस मला राहवेना. डॅडच्या पार्लरमध्ये (त्यांनी शवागाराला ते नाव दिले होते) नक्की काय चालते हे मी पाहायचे ठरवले आणि डॅडच्या परवानगीने त्यांच्याबरोबर मी एका खोलीला भेट दिली. त्या खोलीत मृत व्यक्तीला शवपेटीत ठेवण्याची तयारी सुरू होती. मी कुतूहलाने ते सर्व पाहत होतो. डॅडनेही मला त्या वयात मला समजेल अशा भाषेत सर्व काही समजावून माझ्या प्रश्नांची उत्तरे दिली. नंतर मी दुसऱ्या खोलीत गेलो. तिथे एका दुसऱ्या मृत व्यक्तीला ठेवले होते.

तिच्यावर कसले तरी आच्छादन घातले होते. मी उत्सुकतेपोटी त्या मृत व्यक्तीच्या पायाला हात लावून पाहिला आणि थक्कच झालो कारण त्याचा स्पर्श बर्फासारखा थंड होता. इतक्यात डॅड बाजूला आले आणि म्हणाले, ''या खोलीत एकट्याने यायचं नाहीस हं तू.''

का? माझ्या मनात विचार आला. मृत व्यक्तींना पाहून मला अजिबात भीती वगैरे वाटली नव्हती. उलट ती जागा अतिशय थंड असल्यामुळे मला बरे वाटले होते. आपल्या मित्रमंडळींनासुद्धा ही गंमत बघायला मिळाली पाहिजे असे मला वाटले. पण कधी आणि कसे? डॅड कुठेतरी बाहेर गेले असताना, त्यांच्या नकळत गुपचूप ही गंमत मित्रांना दाखवायची असे मी ठरवले. पण ही गंमत खास असल्याने त्या बदल्यात मी त्यांच्याकडून काहीतरी मोबदला घेणार होतो.

तेव्हा मला आठवले की, सुट्ट्यांमध्ये गोट्या आणि शूटर्स (गलोलीचा एक प्रकार) विकत घेण्यासाठी माझ्याकडे पैसे नाहीत. मग मी डोके लढवले. त्या खोलीत जाऊन मृत व्यक्तीला पाहण्यासाठी प्रत्येक मुलाकडून पाच सेंट्स उकळायचे असे मी ठरवले. गंमत म्हणजे सगळे मित्रमैत्रिणी या 'शो'साठी तयार झाले होते. मग टूर गाईडप्रमाणे मी एकेका मुलाला आत नेऊन मृत व्यक्ती दाखवत होतो व त्यानंतर तिचे काय करतात हेही सांगत होतो. त्या खोलीत शिरल्यावर कुणीही ओरडायचे नाही, घाबरायचे नाही व एकदम शांत बसायचे ही अट मी मान्य करून घेतली होती. त्याप्रमाणे सर्व मंडळी गुपचूपपणे मृत व्यक्तीचे दर्शन घेत होती.

असे करता करता सर्व मित्रमंडळीने या खेळाची मजा लुटली. माझ्याकडेही गोट्या आणि शूटर्स घेण्याइतके पैसे जमा झाले. माझा अतिशय जवळचा मित्र, गोट्या खूप छान खेळायचा. त्याने मला म्हटले, मलाही गोट्या विकत घ्यायच्या आहेत. मी तुला या कामात मदत करेन. आपण पैसे निम्मेनिम्मे वाटून घेऊ. मला त्याची कल्पना आवडली. मग त्याचे मित्रमंडळ आणि माझ्या शाळेतल्या मित्रमैत्रिणींपुढे या खेळाची सुधारित आवृत्ती सादर करण्याचे आम्ही ठरवले. त्यानुसार खेळाचा दर वाढवून आम्ही पाच सेंट्सपासून क्वार्टरपर्यंत न्यायचा ठरवला आणि येणाऱ्या मंडळींना मृत व्यक्तीच्या अंगावरचे आच्छादन काढून पूर्ण दर्शन घेऊ द्यायचे, शिवाय मृत व्यक्तीच्या पायाला स्पर्शही करू द्यायचा असे ठरवले.

अर्थात तेव्हा घरात पाच सेंटची नाणी जशी सहजतेने हाताला लागत, त्याच सहजतेने क्वार्टरची नाणी मिळणार नाहीत हे माझ्या लक्षात आले नाही आणि आमच्या खेळाचे बिंग फुटले.

माझ्या एका मैत्रिणीने तिच्या आईकडे क्वार्टर मागितल्यावर साहजिकच, आईने तो कशासाठी हवा ते तिला विचारले. तेव्हा मैत्रिणीने सांगून टाकले, 'अगं जिमी

मला त्याबदल्यात मृत व्यक्तीचे दर्शन घेऊ देणार आहे आणि शिवाय त्याच्या अंगठ्यालाही स्पर्श करू देणार आहे आणि...''

तिच्या आईने तिला तिथल्या तिथे थांबवले आणि तिला म्हणाली, ''जिमच्या वडिलांना हे सारे माहीत आहे का?''

तिने माझ्या वडिलांना ताबडतोब फोन करून ह्या प्रकाराबाबत माहिती दिली.

आमचा खेळ अर्थातच बंद पडला आणि डॅडकडून माझी कठोर शब्दात सुनावणी झाली. डॅड म्हणाले, ''तुला गोट्या खेळायला अजून पैसे हवे आहेत ना? मग सुट्टी संपेपर्यंत आठवडाभर रोज इथे येणाऱ्या सर्व गाड्या धुवायच्या, बागेतली हिरवळ कापायची, झाडांना पाणी घालायचे, बागेतले नको असलेले गवत कापायचे, आणि अंगण झाडायचे. ही सर्व कामे केल्यावर तुला गोट्या आणायला पैसे मिळतील.''

वडिलांना मदत करून आणि त्यांच्याबरोबर काम करून मोठेपणी मीसुद्धा दफनभूमीचा संचालक म्हणून काम करू लागलो.

आता मागे वळून पाहताना समजते की मी किती चुकीचा वागलो होतो आणि नकळत केवढे मोठे व्यावसायिक पाप केले होते.

अर्थात असे असूनही डॅडने मला मारले नव्हते किंवा कठोर शिक्षाही केली नव्हती तर मला सकारात्मकरीत्या पैसा मिळवण्याची शिकवण दिली होती. पण कुठेतरी त्यांना माझ्या युक्तीचे कौतुकही वाटले होते. त्या गोष्टीतून प्रसंगातून मी एक गोष्ट शिकलो ती म्हणजे 'तुम्हाला डोके असेल तर कुठलीही कल्पकता वापरून तुम्ही पैसे कमावू शकता.'

— जेम्स टी. नेल्सन

मॉम कुठे आहे?

मेल्यानंतर माझे दफन करण्यात यावे अशी माझी इच्छा होती. करारानुसार माझ्या रक्षेतला दहा टक्के भाग माझ्या एजंटला देण्यात यावा असेही मी सांगितले होते.

– ग्राउचो मार्क्स

माझी बहीण ऑड्री हिच्यावर मी खूप प्रेम करते. तुम्हालाही ती नक्कीच आवडली असती. काय बरोबर काय चूक याबद्दल ऑड्रीच्या कल्पना जरा भन्नाट होत्या आणि कुणालाही अयोग्य वाटत असल्यातरी ती स्वत:ला जे बरोबर वाटते ते करून मोकळी होई.

आम्हा दोघी बहिणींमध्ये ऑड्रीचे मॉमशी जास्त जिव्हाळ्याचे संबंध होते. ऑड्री मॉममध्ये खूप जास्त गुंतलेली होती. इतकी की मॉमच्या विरहाची कल्पना तिला जरासुद्धा सहन होत नसे. त्या दोघी पंचवीस वर्षांहून अधिक काळ एकत्र राहिल्या होत्या आणि मला असे वाटते की ममाने मृत्यूनंतर आपली रक्षा कुठे ठेवावी किंवा कुठे विसर्जित करावी हेही ऑड्रीला सांगून ठेवले असावे. कारण...

मॉमच्या निधनानंतर ऑड्रीने म्हटले, ''मी ममाची रक्षा नीट ठेवण्यासाठी सुंदर नक्षीकाम केलेला कलश आणणार आहे.''

ते ऐकून मी गोंधळून गेले. कारण ऑड्री आधी म्हणाली होती की फटाक्याच्या आतषबाजीत ममाची रक्षा विसर्जन करून टाकणार आहे आणि आता तर तिने कलशात रक्षा सांभाळून ठेवण्याचे म्हटले होते.

''त्याचे काय झाले की मिकीला (ऑड्रीचा नवरा) फटाक्यांची आतषबाजी करण्याचा परवाना मिळू शकला नाही आणि त्या धुमधडाक्याशिवाय ममाची रक्षा विसर्जित करणे त्याला मान्य नाही म्हणून.'' ऑड्री म्हणाली.

मी तिचे म्हणणे शांतपणे ऐकून घेतले आणि तिला म्हटले तुला योग्य वाटते

ते कर. माझी काही हरकत नाही.

"तुला या कामात सहभागी व्हायचे नाही का?" तिने मला विचारले.

"नाही." म्हणत मी स्पष्ट नकार दिला. कारण मला माहीत होते की माझे मत काहीही असो पण ती मॉमच्या बाबतीत अत्यंत हळवी असल्याने स्वत:चेच म्हणणे खरे करेल.

"बरं ठीक आहे." ती म्हणाली. मला वाटले की तो विषय तिथेच संपला पण तसे नव्हते.

ममाला सुट्ट्यांमध्ये सहलीला जायला आवडायचे ना म्हणून तिने मला नाताळच्या वेळी भेट म्हणून सहलीच्या वेळी वापरल्या जाणाऱ्या वस्तू जसे की टोप्या, रुमाल, इत्यादींना कलाबतूने सजवून भडक सजावट केलेले, अंत्यविधीच्या वेळी वापरले जाणारे रक्षापात्र भेट दिले.

आहे की नाही विचित्र?

तिच्या घरीही तिने ठेवलेले, मोठ्या आकाराचे व निळ्या सोनेरी रंगाचे नक्षीकाम केलेले रक्षापात्र सर्वांचे लक्ष वेधून घेत असे. ममाच्या मृत्यूनंतर बऱ्याच दिवसांनी मी परत एकदा तिच्या घरी भेटायला गेले होते, तेव्हा ती म्हणाली, "बरे झाले आलीस, तुझ्यासाठी एक छान सरप्राईज आहे."

माझ्या चेहऱ्यावर आश्चर्याचे भाव उमटले.

ऑड्री म्हणाली, "अगं, ममाची रक्षा ठेवण्यासाठी मी दोन छोटे सारख्या आकाराचे कलश आणले आहेत. एक तुझ्यासाठी अन् एक माझ्यासाठी. त्यातला एक तू घेऊन जा. कशी वाटली कल्पना?"

''छान! अत्त्युत्तम,'' मी म्हणाले. ''पण मला तो कलश नको आहे. अगं, आपली ममा आता स्वर्गवासी झाली आहे. तिचे इथले अस्तित्व आता पूर्ण नाहीसे झाले आहे. इथे जे काही उरले आहे, ती फक्त राख आहे... फक्त राख!'' मी ऑड्रीकडे रोखून बघत म्हटले ''आणि बायबलपण आपल्याला हेच सांगते.''

ऑड्री काहीच बोलली नाही. ती शांतपणे दुसऱ्या खोलीत निघून गेली. परत येताना तिच्या हातात दोन सीलबंद छोटे कलश होते. अतिशय सुंदर कलात्मकरीत्या सजवलेले! पण मला त्यातला एकही कलश घ्यावासा वाटला नाही.

ऑड्रीने तिचा कलश तिच्या पुस्तकांच्या शेल्फमधल्या एका पुस्तकावर ठेवला होता. त्या ठिकाणी जणूकाही तिने मॉमची समाधीच बांधली होती. पण मला मात्र तसे काही अजिबात करायचे नव्हते.

''तुला नक्की ह्यातला एकही कलश नको आहे?'' ऑड्रीने विचारले. तेव्हा मी स्पष्टपणे 'नाही' म्हटले.

माझे उत्तर ऐकून ऑड्री म्हणाली, ''अगं मला वाटले होते तेवढे ते कलश आतून मोठे नव्हते म्हणून त्यात सगळी रक्षा मावली नाही. असे म्हणत तिने ड्रॉवरमधून एक प्लास्टिकची पिशवी काढली. या पिशवीत उरलेली रक्षा आहे. तुला पाहिजे असेल तर तू ती घेऊ शकतेस.''

ममाची उरलेली रक्षा एका साध्या प्लास्टिकच्या पिशवीत! ते पाहून मी एक आवंढा गिळला. ऑड्रीने हे किती चुकीचे केले होते. माझ्या तोंडातून शब्द फुटेनात. कसेबसे सारे बळ एकवटून मी म्हटले, ''मला असे वाटते की डॅडप्रमाणेच आपण मॉमची रक्षाही विसर्जित करू या.''

''नाही नाही, मी तसे कदापिही होऊ देणार नाही.'' असे म्हणत तिने ते दोन्ही कलश व तिसरी पिशवी तिच्या पुस्तकांच्या शेल्फमध्ये ठेवून दिले. ते आतापर्यंत तसेच आहेत.

माझी लाडकी बहीण ऑड्रीसुद्धा आता या जगात नाही. तिच्या अंतिम इच्छेनुसार तिची रक्षासुद्धा ममाच्या कलशाशेजारीच एका कळशीमध्ये ठेवली आहे. मला माहिती आहे की आता या क्षणाला मी हे लिहिताना त्या दोघी स्वर्गातून माझ्याकडे पाहत असतील आणि हसत असतील आणि मलाही त्या दोघींचा हसरा चेहरा आठवायला आवडेल.

– वॅलेरी विसेनंद

एक हसरा निरोप

कुटुंबात घडणाऱ्या विनोदांवर किती हसायचे हे त्या घरी येणाऱ्या पाहुण्याला माहीत नसते.

– निनावी

माझ्या अजाण वयात माझ्या मनात अनेक गैरसमज होते ते म्हणजे माझ्या प्रत्येक काकांची त्यांच्या बालमैत्रिणीशी असलेली मैत्री मोठेपणीपण कायम होती व त्यामुळे प्रत्येक काकाचे लग्न त्यांच्या मैत्रिणीशीच होणार होते. दुसरा गैरसमज असा की अंत्यसंस्काराच्या वेळी लोक खूप हसतात किंवा वातावरण हलकेफुलके ठेवतात. तिसरा गैरसमज म्हणजे पिझ्झावर फक्त मोहरी व ढब्बू मिरची घालता येते.

मात्र माझ्या कळत्या वयापासून मला जाणवलेली एक गोष्ट म्हणजे आमचे कुटुंब इतरांपेक्षा नक्कीच निराळे होते, असे मी म्हणते. कारण कुठलाही प्रसंग असो, आमच्या घरी नेहमीच आनंदी, खेळकर व मिस्कील वातावरण असायचे. प्रत्येक क्षण भरभरून जगायचा व जीवनात नेहमी आनंदी राहायचे असे आमच्या कुटुंबाचे तत्त्वज्ञान होते.

खूप पूर्वीची गोष्ट! माझा चुलत भाऊ अलाबामा येथील एका मुलीच्या प्रेमात पडला होता. त्याच्या दृष्टीने ती मुलगी अगदी त्याला हवी तशी होती. त्या दोघांच्या भेटीगाठी सुरू होत्या. परंतु अद्यापि त्यांच्या नात्यावर कुटुंबाकडून शिक्कामोर्तब झाले नव्हते. त्यामुळे ती घरी वगैरे येत नसे. पण जेव्हा आमच्या पणजीचे निधन झाले तेव्हा आमच्या दुःखात सहभागी होण्यासाठी व माझ्या भावाच्या सांत्वनासाठी तिने अंत्यसंस्काराला हजर राहायचे ठरवले. त्या वेळी तिला माहीत नव्हते की कोणत्याही प्रसंगात हास्यविनोद करून वातावरण हलकेफुलके ठेवणे ही आमची स्वाभाविक प्रवृत्ती होती, जी इतरांना विचित्र वाटू शकत होती.

ती मुलगी जेव्हा अंत्यदर्शनासाठी आमच्या घरी आली तेव्हा आम्हांला खूप

आनंद झाला होता आणि मधमाश्या जशा फुलांभोवती घोटाळतात तसे आम्ही तिच्याजवळ घोटाळत होतो. तिच्याशी गप्पा मारून तिच्या कुटुंबाविषयी व तिच्याविषयीची माहिती विचारत होतो आणि तिची थट्टामस्करीही करत होतो.

हे सर्व कमी पडले की काय म्हणून माझ्या भावाने तिला शवपेटिकेत चिरनिद्रा घेत असलेल्या आमच्या पणजीच्या अंत्यदर्शनाला नेले. ती बिचारी गांगरून गेली, पण प्रसंगावधान राखून तिने पणजीच्या मृत्यूबद्दल दुःख व्यक्त केले.

इकडे आमच्या कुटुंबाने नेहमीप्रमाणे आपले खरे रंग दाखवायला सुरुवात केली. पणजीच्या विचित्र स्वभावाबद्दल एकेक किस्से सांगून आम्ही हास्यविनोद सुरू केले. तसेच तिथे हजर असलेल्या प्रत्येक व्यक्तीची चेष्टामस्करी करून वातावरणातला ताण कमी केला.

शांतिप्रार्थनेच्या वेळीही जेव्हा धर्मगुरूंनी पणजीबद्दलच्या आठवणी सांगायला सुरुवात केली तेव्हा तिच्या मूर्खपणाचे एकेक किस्से आठवून आम्हाला हसू आवरता आले नाही.

भावाची मैत्रीण मागे शांत बसून विस्फारलेल्या डोळ्यांनी आमच्याकडे पाहत होती. आमची एकंदर वागणूक पाहून ती पुन्हा आमच्या घरात पाऊल टाकणार नाही याची आम्हाला खात्री होती.

त्यानंतर आम्ही अंत्ययात्रेत सामील झालो व जेव्हा ती शवपेटिका जमिनीच्या आत पुरण्यासाठी नेली तेव्हा आम्ही सर्वांनी पणजीला हसून निरोप दिला. त्या दिवशी ज्यांनी आम्हाला तसे करताना पाहिले असेल त्यांनी नक्कीच, 'आमचे डोके फिरले असावे' असे उद्गार काढले असतील, पण आमच्यासाठी मात्र ती सहजप्रवृत्ती होती.

मला सांगायला आनंद होतो आहे की त्या प्रसंगानंतरही त्या मुलीचे मन बदलले नाही व तिने माझ्या चुलत भावाशी लग्न केले. तेव्हा आम्ही सर्वांनी मोठ्या प्रेमाने तिचे स्वागत केले व आमच्या कुटुंबात सामावून घेतले.

आमच्या कुटुंबाला कोणीही कितीही नावे ठेवू देत, एक गोष्ट मात्र नक्की की आम्ही प्रत्येक क्षणाला आनंदाने सामोरे जातो व जीवनाचा आनंद भरभरून घेतो. जीवन अतिशय हसत खेळत जगणे ही आम्हाला मिळालेली देणगी आहे असे आम्हाला वाटते. म्हणूनच जेवताना कधी पुढ्यात अगदी साधा पदार्थ आला तरी आमचा आनंद कमी होत नाही.

— शॅनोन स्कॉट

मे आत्या!

विनोद आणि शोकांतिका या दोहोंमध्ये एक पुसटशी रेषा आहे.
— निनावी

नऊ वर्षे कर्करोगाशी चिवटपणे झुंज दिल्यानंतर माझी मे आत्या स्वर्गवासी झाली तेव्हा आम्हाला आनंदाच्या उकळ्या फुटल्या. आम्हाला सतत नावे ठेवणारी, आमच्यावर चिडचिड करणारी आणि सतत दादागिरी करून आमच्या चुका शोधणारी मे आत्या आमच्यापासून कायमची दूर झाल्याने आम्हाला खूप बरे वाटत होते. शिवाय कर्करोगाच्या भयानक वेदनातून ती मुक्त झाल्याने आम्हीच सुटकेचा नि:श्वास टाकला.

गेल्या नऊ वर्षांच्या काळात कर्करोगाने होरपळलेली मे आत्या आमच्या कुटुंबापासून दूर होऊन एकटी पडत चालली होती याचे कारण म्हणजे रोगाशी सामना करताना तिची होणारी तगमग! त्याचा राग ती आमच्या सर्वांवर काढत असे. आम्ही काहीही केले किंवा कसेही वागलो तरी तिच्या दृष्टीने ते चूक असायचे. आमच्या प्रत्येक बोलण्याचा ती चुकीचा अर्थ काढायची आणि मग आम्हाला बेअक्कल, मूर्ख अशा शब्दात हिणवायची. आम्ही तिला बघायला जाणार असू तर ती आज नको, उद्या नको करत आमचे येणे लांबवायची व तिच्या मैत्रिणींना सांगायची की आम्ही तिला बघायला जात नाही.

असे असले तरी आम्ही तिला वाऱ्यावर सोडले नव्हते. कारण कितीही झाले तरी ती आमच्या कुटुंबातली एक व्यक्ती होती. एके काळी ज्या व्यक्तीवर आम्ही मनापासून प्रेम केले आणि तिच्याशी आदराने वागलो तीच व्यक्ती आमच्यावर उलटली होती आणि त्याच गोष्टीचा आम्हाला मानसिक धक्का बसला होता. आत्याने लग्न केले नव्हते. ती एकटीच तिच्या लहानपणीच्या घरात राहत असे. तिच्या दुखण्याबद्दल व एकटेपणाबद्दल सहानुभूती वाटल्यामुळे आम्ही बरेचदा तिचे

वाग्बाण सहन करत तिला फोन करत असू किंवा तिचा राग झेलून तिला भेटायला जात असू.

तिच्या अंत्यविधीसाठी कारमधून दफनविधीकडे जाताना माझ्या डोळ्यासमोर गेल्या नऊ वर्षांतल्या आठवणी फेर धरून नाचू लागल्या. तिच्या अंत्यविधीसाठी माझे डॅड हजर राहतील याची मला खात्री नव्हती, कारण डॅडचे जरी आपल्या बहिणीवर खूप प्रेम असले तरी त्या दोघांचे एकमेकांशी फारसे पटत नव्हते. शिवाय डॅडना कधीच कशासाठी किंवा कुणासाठीही वाट बघायला आवडत नसे. आता दफनविधीकडे जाताना आमची गाडी रस्त्यातल्या वाहनांच्या गर्दीत अडकली होती आणि मी डॅडने अशा वेळी काय प्रतिक्रिया व्यक्त केली असती याचा विचार करत राहिलो.

दफनभूमीकडे जाणाऱ्या वाहनांमध्ये सर्वांत पुढे एक लिमोझीन होती. मे आत्याचा मानलेला मुलगा डेव्ह ती गाडी चालवत होता. तो आत्याची देखभाल करून तिची सर्व कामे करत असे. (शिवाय आत्याच्या सर्व जवळच्या नातेवाइकांना दूर ढकलण्याची मदतही करत असे.) त्याच्याबरोबर गाडीतून जायला कोणीही तयार नव्हते. कारण मे आत्या त्याच्यासमोर आम्हाला नावे ठेवत असे. डेव्ह आमचा कुठलातरी लांबचा भाऊ होता! पण मे आत्याने त्याला आपलेसे केले होते. आम्हाला असे ही कळले होते की नंतरनंतर तिने तिच्या प्रकृतीबाबत डॉक्टरांना काहीही सांगणे बंद केले होते, पण डेव्हशी मात्र ती तिच्या प्रकृतीबाबत चर्चा करे आणि दरवेळा ती रुग्णालयात दाखल झाली की तिच्या प्रकृतीची विचारपूस डेव्हजवळ करणे आम्हाला फार विचित्र वाटे.

मे आत्या बऱ्यापैकी पैसा राखून होती आणि तिच्या मृत्यूनंतर तिचा पैसा कोणाकडे जाईल याची आम्हाला नकळत उत्सुकता लागली होती. ती तिचा पैसा धर्मादाय संस्थांना दान करेल किंवा डेव्हच्या नावे करेल असा आमचा अंदाज होता.

डेव्हच्या कारच्या मागोमाग माझी कार होती व त्यात मी व माझी द्वितीय पत्नी, माझा भाऊ, माझा मुलगा व मुलगी बसलो होतो. आमच्या कारच्या मागोमाग माझ्या बहिणीची कार होती व त्यात बहिणीचे कुटुंब बसले होते.

सगळ्यात शेवटच्या कारमधून माझी प्रथम पत्नी व तिचा पती दफनभूमीकडे येत होते.

(मे आत्या माझ्या द्वितीय पत्नीचा अत्यंत तिरस्कार करत असे कारण हेच की ती माझी प्रथम पत्नी नव्हती.) माझ्या मुलीवर मात्र का कोण जाणे मे आत्याचे खूप प्रेम होते व ती माझ्या मुलीला कधीच नावे ठेवत नसे.

वाटेतली वाहनांची गर्दी चुकवत आम्ही दफनभूमीजवळ येऊन पोहोचलो.

दफनभूमी एका उंच टेकडीवर होती. कडक थंडीचे दिवस असल्याने सगळीकडे बर्फ जमले होते व त्या कडक बर्फात खड्डा खणून अंत्यसंस्कार करणे म्हणजे खरेच

कठीण काम होते. तिथे पोहोचल्यावर तिथल्या कर्मचाऱ्याने आम्हाला म्हटले की दफनभूमीवर सगळीकडे खूप बर्फ पडला असल्याने तिथे दफन करणे शक्य होणार नाही व त्यामुळे बाहेर जवळच कुठेतरी दफनविधी करावा लागेल. आमच्या गाड्या जिथे उभ्या होत्या तिथे दफनविधी करता येईल असे त्याने सुचवले.

मे आत्याची शवपेटिका रस्त्याच्या कडेला त्या ओल्या दलदलीच्या जागेत एका डगमगणाऱ्या चौकटीवर कशीतरी ठेवली गेली होती. ते पाहून त्या क्षणाला मला अतीव दुःख झाले. कोणे एके काळी अत्यंत सुंदर, देखण्या व श्रीमंत असलेल्या स्त्रीला रस्त्याच्या कडेला अतिशय साधारण व सामान्य ठिकाणी चिरनिद्रा घ्यावयास लागणार होती.

दफनविधीला सुरुवात होणार तितक्यात माझे डॅड व मॉम तिकडे पोहोचले. ते म्हणाले की, 'आम्ही इथे आधीच पोहोचलो होतो, पण दफनविधीची काहीही तयारी दिसत नव्हती म्हणून तुम्हाला तसे सांगण्यासाठी म्हणून आम्ही परत निघालो होतो.'

त्यानंतर दफनविधीला सुरुवात झाली. आम्ही सर्व जण मे आत्याला मानवंदना देण्यासाठी कारबाहेर येऊन उभे राहिलो व धर्मगुरूंनी म्हटलेली प्रार्थना नीट ऐकू लागलो. प्रार्थना संपल्यानंतर पारंपरिक दफनविधीचे प्रतीक म्हणून आम्ही त्या शवपेटिकेखालची मूठभर माती उचलली व त्या पेटिकेवर पसरली.

दफनविधीच्या आदल्या दिवशीची गोष्ट! मे आत्याच्या घरी तिच्या नातेवाइकांपेक्षा, जास्त संख्येत वैद्यकीय क्षेत्रातली मंडळी जमली होती. मे आत्या तशी उदार अंतःकरणाची. वैद्यकीय शिक्षणासाठी व कॅन्सर रीसर्च सेंटरसारख्या संस्थांना ती सढळ हाताने मदत करत असे. तिच्याकडे नक्की किती पैसा आहे हे आम्हाला कधीच समजले नव्हते, पण तिच्याकडे जे काही होते ते ती धर्मादाय संस्थांना किंवा वैद्यकीय क्षेत्रातल्या मंडळीना व डेव्हला देऊन टाकेल असे आम्हाला वाटले होते.

दुसऱ्या दिवशी वकिलाने आम्हाला मे आत्याचे मृत्युपत्र इ-मेल केले. ते वाचून आम्हाला आश्चर्याचा धक्काच बसला, कारण मे आत्याने वैद्यकीय क्षेत्राला दान करण्यासाठी एकही पैसा ठेवला नव्हता पण डेव्ह व माझ्या अठरा वर्षांच्या मुलीच्या नावाने बरीच मोठी मिळकत ठेवली होती. जी दहा लाख डॉलर्सच्या घरात होती.

तिच्या मृत्यूनंतरही जवळजवळ महिनाभर मी व माझे वडील मे आत्याची खुशाली विचारण्यासाठी नकळत फोनपाशी जात राहिलो. ती आमच्याशी कशीही वागली होती तरी तिची उणीव आम्हाला नेहमीच भासत राहते.

— एम. ऑडिसन वेईस

शेवटचा प्रवास

खरं सांगायच म्हटलं तर त्या प्रवासात खूप मजा आली

– आर.ली. एरमी

गुरुवार म्हणजे माझ्या बाहेरच्या कामांचा दिवस! हा दिवस नेहमीच धांदलीचा आणि गडबडीचा जाई. बाजारहाट, लाँड्रीमध्ये धुलाई, माझे क्लासेस इ.मध्ये दिवस कसा संपला तेच कळत नसे.

पण त्या गुरुवारी मात्र मला आणखी एका वेगळ्या खास कामासाठी जायचे होते. आमच्या पेगमावशीच्या मृत्यूनंतर स्थानिक दफनभूमीतून तिच्या रक्षा ताब्यात घ्यायच्या होत्या.

मी दफनभूमीपाशी पोहोचले. इगोरियन जातीच्या दिसणाऱ्या एका व्यक्तीने मला अदबीने विचारले, ''मॅडम तुम्हाला काय मदत हवी आहे?''

मी त्याला सांगितले, ''मी इथे माझ्या एका जवळच्या नातेवाइकांची रक्षा ताब्यात घ्यायला आले आहे.'' त्याने माझ्याकडे पाहून एक मंद स्मित केले आणि 'ठीक आहे', असे म्हणून तो आत गेला. मी तिथे अस्वस्थपणे त्याची वाट बघत उभी राहिले. तिथला एक एक क्षण एक एक युगाचा भासत होता. पण सुदैवाने मला फार वेळ वाट बघावी लागली नाही. काही मिनिटातच तो माणूस हातामध्ये एक चौकोनी बॉक्स घेऊन परत आला. त्यावर पेगी मावशीचे नाव छापले होते. माझी प्रिय मावशी आता केवळ रक्षा रूपाने माझ्या हातात सामावली होती. त्या माणसाचे आभार मानून त्या बॉक्सला प्रेमाने छातीशी धरत मी माझ्या गाडीकडे वळले आणि तो बॉक्स नीट अलगदपणे गाडीत माझ्या सीटखाली ठेवून दिला. पेगी मावशीला कारमधून फेरफटका मारायला नेहमीच आवडायचे आणि आता या प्रकारे माझ्याबरोबर गाडीतून फिरल्यामुळे तिचा आत्मा सुखावेल असे मला वाटले.

पेगी मावशी ही काही माझी सख्खी मावशी नव्हे, तर माझा नवरा डग्लस याची

लाडकी मावशी आणि ती मला व माझ्या मुलांनाही खूप आवडायची. ती अतिशय हुशार होती आणि तिने १९२० साली स्टँडफोर्ड विद्यापीठाची कला शाखेची पदवी परीक्षा उत्तीर्ण केली होती. वाचन आणि शास्त्रीय संगीत ऐकणे हे तिचे दोन अतिशय आवडते छंद! तिच्याकडे जवळजवळ दोन हजार पुस्तके होती आणि ही सर्व पुस्तके जुनी झाल्यावर त्यांचे बुक बाइंडिंग तिने स्वत:नेच केले होते.

त्या दिवशी प्रत्येक ठिकाणी कामाला जाताना मी त्या बॉक्समधल्या पेगी मावशीशी गप्पा मारत होते आणि आता आपण कुठे पोहोचलो आहोत आणि काय काम करणार आहोत हेही तिला सांगत होते.

आम्ही घरी आलो. आमच्या बेडरूममधल्या छोट्या मोकळ्या कपाटावर मी तो बॉक्स ठेवून दिला. कारण ती जागा खरोखरच छान होती. अतिशय स्वच्छ आणि मोकळी. त्या कपाटाच्या मागे एक खिडकी होती आणि त्या खिडकीतून मागचे अंगण, अंगणातले पक्षी, फुले, झाडे इ. सारखे छान दृश्य दिसायचे. 'पेगी मावशीला हे सर्व बघायला नक्कीच आवडले असते,' असे मी मनात म्हटले.

संध्याकाळी डग्लस घरी आला. त्या वेळी आमच्या खोलीत गेल्यावर त्याला तो बॉक्स दिसला. "हे काय? पेगी मावशीच्या रक्षा कुणी आणल्या?" त्याने विचारले.

"मीच जाऊन आणल्या आणि पेगी मावशी दिवसभर माझ्याबरोबर होत्या. त्या माझ्याबरोबर सगळीकडे हिंडल्या." मी आनंदाने सांगितले.

डग्लसने चमकून माझ्याकडे पाहिले. पेगी मावशी जणू अजूनही आपल्याच बरोबर आहे असे समजून मी जे बोलले ते त्याला खटकले.

"ॲमन, आपल्या खोलीत रात्रंदिवस पेगी मावशीचे अस्तित्व असणार हे ऐकून मला कसंतरी होतंय." तो म्हणाला.

"अरे, थोड्याच दिवसांचा तर प्रश्न आहे. आपण एकदा त्या रक्षा समुद्रात विसर्जित केल्या की काही प्रश्नच येणार नाही.' मी त्याला समजावत म्हटले.

त्यानंतरच्या रविवारी सकाळी आम्ही दोघे व आमची दोन मुले आमच्या बोटीने पेगी मावशीच्या रक्षांचे विसर्जन करायला निघालो. बोटीत सर्वत्र फुले पसरून आम्ही त्यावर तो बॉक्स ठेवला आणि पाण्यातल्या एका शांत ठिकाणी बोट नेऊन तिथे रक्षा विसर्जन करायचे ठरवले. बॉक्सला नमस्कार करून मी तो उघडला आणि आतली मोठी प्लास्टिकची पिशवी बाहेर काढली. यामध्ये पेगी मावशींच्या अस्थींची रक्षा भरून ठेवली होती. मी पिशवीचे तोंड उघडले तेव्हा मावशीच्या शरीरातील हाडांची राख आणि बारीक तुकडे तसेच तिच्या अंगावरील सोन्याच्या दागिन्यांचे कणही त्या राखेत जमा झालेले दिसत होते.

डग्लस म्हणाला, "मी पहिल्यांदा रक्षा विसर्जन करतो." असे म्हणून त्याने

आपला हात त्या राखेच्या पिशवीत घातला आणि एक मूठभर रक्षा उचलून समुद्राच्या पाण्यात टाकली.

मला असे वाटले की मावशीची रक्षा जरा सन्मानपूर्वक पाण्यात विसर्जित करावी म्हणून मी ती हळुवारपणे पाण्यात शिंपडायचे ठरवले आणि त्याप्रमाणे शिंपडणे सुरू केले असतानाच अचानक एक वाऱ्याचा झोत प्रचंड वेगाने आमच्या अंगावर आला आणि त्या वाऱ्यामुळे मावशीची रक्षा संपूर्ण बोटीत आणि आमच्या अंगावर, आमच्या कपड्यांवर आणि केसांतही उधळली गेली. जणूकाही पेगी मावशी आम्हाला भेटायला परत आली होती. आम्ही एकमेकांकडे पाहिले आणि हसतच सुटलो.

मग समुद्राच्या पाण्यात डुबक्या मारून आम्ही पेगी मावशीला अखेरचा निरोप दिला. पेगी मावशी खूप विनोदी आणि हजरजबाबी होती. सगळ्यांना ती नाना प्रकारे हसवत असे आणि तिने शेवटच्या क्षणी आम्हाला अशा प्रकारे हसवले होते.

– ॲवन मिशेनर विंटर

हरवलेला रुमाल

लग्न हा प्रकार मला आवडतो. कारण आयुष्यभर राग काढण्यासाठी तुम्हाला एक खास माणूस मिळतो.

– रिटा रुडनेर

मी लहान असतानाची गोष्ट! दर रविवारी सकाळी मॉम डॅड चर्चमध्ये प्रार्थनेसाठी जायचे. पण चर्चमध्ये जायचे असो किंवा बाहेर जेवायला जायचे असो नाहीतर एखाद्या महत्त्वाच्या व्यावसायिक कामानिमित्त कुणाला भेटायला जायचे असो. दरवेळी बाहेर जाण्यापूर्वी आमच्या घरात वादळ आल्यासारखे वाटे. कारण ममा घाईघाईने तिच्या कपाटातील सर्व कपडे आणि वस्तू इ. बाहेर काढून काहीतरी शोधू लागे आणि ती वस्तू मिळाली नाही म्हणून उदासपणे परत सर्व पसारा रागारागाने आत कोंबून बाहेर जायला निघत असे. आम्ही किती घरे बदलली तरीपण तिचा हा रिवाज कायम होता. डॅड दर रविवारी तिला तिच्या कपाटात तिची हरवलेली वस्तू शोधायला मदत करत आणि नंतर शांतपणे तिने काढलेला पसारा आवरायला तिला मदत करत.

कोणती इतकी महत्त्वाची गोष्ट होती ती? काय हरवले होते ममाचे?

ती वस्तू म्हणजे कुठला दागिना वगैरे नव्हता तर तो होता हर्मिस कंपनीने तयार केलेला एक गुलाबी रंगाचा सुंदरसा मोठा रुमाल, ज्याला आपण स्कार्फ म्हणतो.

हा रुमाल तिने तिच्या न्यूयॉर्कच्या पहिल्या भेटीच्या वेळी खरेदी केला होता. खरेतर ममाला फॅशन हा प्रकार अजिबात पसंत नव्हता आणि ती विचार न करता कुठल्याही खरेदीवर असे उगाचच्या उगाच मुळीच पैसे खर्च करत नसे. पण हा रुमाल तिने पटकन विकत घेतला होता. तो कोणत्या कपड्यांबरोबर शोभून दिसेल याचा विचार न करता! पण या खरेदीनंतर तिच्या कपाटाचे रूपच बदलून गेले जणू!

तो रुमाल खरोखरच खूप सुंदर होता. हलक्या गुलाबी रंगाचा, अतिशय मऊ

अन मुलायम. अगदी पिसासारखा हलका! मॉमला तो अतिशय आवडला होता आणि म्हणूनच आपल्या कपाटात तिने त्याला अगदी जपून सांभाळून ठेवले होते.

असा तो तिचा अतिशय आवडता रुमाल कपाटातून जेव्हा एकाएकी गायब झाला तेव्हा मॉम खूप अस्वस्थ झाली होती. मी तो कपाटातून बाहेरच काढला नव्हता असे ती ठामपणे म्हणे आणि परत परत आपल्या कपाटात तो रुमाल शोधू लागे. पण तो तिला कधीच सापडणार नव्हता कारण...

मॉमने जेव्हा तो गुलाबी रुमाल विकत आणला त्याच सुमारास मला घराजवळच्या रस्त्यावर एक हॅमस्टरचे पिलू सापडले. बिचारे जखमी झाले होते अन वेदनेने तडफडत होते. मी त्याला घरी आणले आणि त्याला पाळायचे ठरवले. मी त्याचे नाव पूकी असे ठेवले! पूकी दिसायला उंदरासारखा छोटा आणि अत्यंत नाजूक होता. त्याचा अंगावर बारीक मऊ केस होते आणि डोळे मण्यांसारखे चकाकत! त्या नाजूक प्राण्याला कुठे अन् कसे सांभाळून ठेवायचे हा माझ्यापुढे मोठा प्रश्न होता आणि अचानक मला ममाच्या कपाटातला तिचा गुलाबी रुमाल आठवला. पूकीला गुंडाळून ठेवण्यासाठी त्या रुमालाइतके निश्चितच इतर काही तितकेसे आरामदायी नव्हते. त्या दिवशी ममा गावाला गेली होती. तिच्या महत्त्वाच्या मिटिंग्ज होत्या अन् ती आठवडाभर परत येणार नव्हती. ती संधी साधून मी ममाच्या कपाटातून तो रुमाल पळवला आणि पूकीच्या अंगाखाली अंथरून अलगदपणे त्यावर पूकीला झोपवले. तो झोपल्यानंतर त्याला उचलून मी बुटांच्या एका रिकाम्या खोक्यात ठेवून दिले आणि त्याच्या अंगाखालचा रुमाल काढून ठेवला. पण त्याला रुमालाशिवाय खोक्यात ठेवल्यावर त्याची परत चुळबुळ सुरू झाली आणि तो अस्वस्थ झाला. म्हणून मी परत त्याच्या अंगाखाली तो रुमाल अंथरला अन् काय आश्चर्य! त्याची चुळबुळ थांबली आणि तो परत शांतपणे झोपी गेला. कदाचित त्या रुमालाच्या मऊ उबदार स्पर्शामुळे त्याला बरे वाटत असावे. म्हणून मी तो रुमाल त्या बॉक्समध्येच ठेवून दिला.

तीन दिवस मी त्याची प्रेमाने देखभाल केली तेव्हा चौथ्या दिवशी तो जरा तरतरीत वाटत होता. मी त्याला सकाळी उठून पाहायला गेलो, अन् जेव्हा त्याला प्रेमाने हात लावला तेव्हा तो आपणहून माझ्या हातावर चढला. त्याने थोडीशी हालचाल केली आणि अचानक धाडकन तो त्या रुमालावर आडवा झाला. मला वाटले की आजारी असल्यामुळे त्याच्या अंगात त्राण नसेल आणि म्हणूनच तो खाली पडला असेल. पण तो खाली पडला ते परत कधीही न उठण्याकरता... मी बघतच राहिलो. पूकी असा एकाएकी मला सोडून जाईल हे माझ्या ध्यानीमनीही नव्हते. कितीतरी वेळ मी तसाच बसून राहिलो होतो आणि मग एकदम जोरजोरात रडू लागलो. माझा आवाज ऐकून डॅड तिथे आले आणि माझ्याजवळ बसले.

घडलेला प्रकार त्यांच्या लक्षात आला आणि त्यांनी मला जवळ घेतले. त्यांनी माझ्या डोक्यावरून प्रेमाने हात फिरवला आणि माझी समजूत काढली. माझे डोळे रडून रडून लाललाल झाले होते पण पूकीवरून माझी नजर हटत नव्हती.

डॅडने आणि मी मिळून पूकीला आमच्या मागच्या अंगणात माझ्या खोलीच्या मागच्या खिडकीखाली पुरायचे ठरवले. आम्ही एक खोल खड्डा खणला आणि त्या बुटांच्या खोक्यात रुमालासहित पूकीला ठेवून त्या खड्ड्यात पुरून टाकले. त्यानंतर माझ्या कितीतरी पाळीव प्राण्यांना मी त्या अंगणात मूठमाती दिली, पण पूकी सर्वांत नशीबवान कारण ममाच्या सर्वांत आवडत्या कपड्यात तो चिरविश्रांती घेत होता.

त्यानंतर दोन-तीन दिवसांनी मॉम घरी आली. पण तिला मी पूकीविषयी आणि तिच्या रुमालाविषयी काहीच सांगितले नाही. माझी हिंमतच झाली नाही. खरंतर तिला हा सर्व प्रकार सांगून टाकावा असे मला शंभरदा वाटत होते, पण ममाची प्रतिक्रिया काय होईल हे जाणवून मी गप्प राहिलो.

दरवेळा ममा तिच्या कपाटात रुमाल शोधताना माझ्या मनात अपराधीपणाची भावना दाटून येई आणि खरी गोष्ट सांगून टाकावी असे दहा वेळा मनात येई, पण मी तसे कधीच करू शकलो नाही.

एक दिवस मी शाळेतून घरी आलो तेव्हा मॉम आणि डॅडची काहीतरी धुसपूस अन वादावादी सुरू होती. ते दोघे कुठेतरी बाहेर जायच्या तयारीत होते अन् डॅडने घातलेला शर्ट ममाला अजिबात आवडला नव्हता. ती त्यांना तो शर्ट बदलून टाकायला सांगत होती अन् डॅडना नेमका तोच शर्ट घालायची इच्छा झाली होती. ममा तयार झाल्यानंतर तिने परत आपल्या कपाटात रुमाल शोधणे सुरू केले. तो सापडणार नाही हे माहीत असूनसुद्धा! डॅडनेही नेहमीप्रमाणे तिला तो रुमाल शोधायला मदत केली. रुमाल अर्थातच सापडणार नव्हता.

ममाचा अत्यंत आवडता रुमाल हरवून टाकल्याच्या अपराधीपणाने त्या दिवशी मी परत एकदा अस्वस्थ झालो होतो. ममाची त्या रुमालासाठी होणारी तगमग आणि तिचा जीव त्या रुमालात किती गुंतला होता ते मला कळून चुकले होते. दरवेळी रुमाल न सापडल्यामुळे तिचा केविलवाणा होणारा चेहरा पाहून मला वाईट वाटत असे. म्हणूनच काही झालेतरी आपल्या हातून झालेल्या चुकीची कबुली ममाला देऊन टाकावी असे मी ठरवले. डॅडना मी हळूच माझ्या खोलीत बोलवले आणि 'आज मी ममाजवळ माझ्या चुकीचा कबुलीजबाब देऊन टाकणार' असे त्यांना सांगून टाकले.

''छे छे! तसे अजिबात करू नकोस, त्यापेक्षा दुसरा काहीतरी मार्ग शोध.'' डॅड मला म्हणाले. तितक्यात मॉम येताना दिसली म्हणून डॅड खोलीतून बाहेर गेले आणि थोड्या वेळाने ती दोघे बाहेर गेली.

ते गेल्यावरही डॅडचे बोलणे माझ्या मनात घोळू लागले. 'दुसरा काहीतरी मार्ग शोध' असे डॅड मला म्हणाले होते. काय केले म्हणजे ममाचे रुमालाबाबतचे दु:ख कमी होईल याबाबत मी विचार करू लागलो अन् अचानक वीज चमकावी तशी डोक्यात एक कल्पना चमकून गेली आणि मी हर्मिस कंपनीच्या वेबसाईटवरून अगदी तसाच तितकाच महाग दुसरा गुलाबी रंगाचा रुमाल मागवण्याचे ठरवले.

– अलेक्स किंगॉन

५

आयुष्याची गंभीर बाजू

आयुष्यांत होणाऱ्या मानसिक जखमांपासून काहीतरी शहाणपणा शिका.

ऑपरा विनफ्रे

अंतरीची व्यथा

बहिणीच्या नात्यात खूप ताकद असते.

– रॉबिन मॉर्गन

शिकागोहून ह्यूस्टनकडे जाणारे विमान अगदी वेळेवर म्हणजे सकाळी ११.३०च्या आधीच पोहोचले. खरेतर मला माझा प्रवास संपूच नये असे वाटत होते अन् माझे बोइंग ७४७ चे विमान उडत उडत पुढे दक्षिणेकडे जाऊन ब्रिटिश बेटांवर किंवा कॅरीबीअन किंवा अगदी क्युबामध्ये उतरून गेले असते तरी मला चालले असते. त्याला कारणही तसेच होते.

जिल ही माझी धाकटी बहीण! तिची तब्येत अचानक बिघडल्याचे मला कळवण्यात आले होते आणि म्हणूनच मी तिला भेटायला चालले होते. तिला नक्की काय झाले आहे याची कल्पना मला घरच्यांनी दिली नव्हती, त्यामुळे तिला कोणत्या अवस्थेत बघावे लागेल या विचारांनी मी अतिशय अस्वस्थ झाले होते आणि म्हणूनच मला तिला भेटायला जायची हिंमतही होत नव्हती.

ह्यूस्टनला माझ्या घरी पोहोचल्यावर मला कळले की जिलला मानसोपचार केंद्रात ठेवले आहे. हे ऐकून मी अंतर्बाह्य हादरून गेले. खरेतर तिच्या बाबतीत असे काही घडेल असे मला स्वप्नातही वाटले नव्हते.

कदाचित जिलचा नर्व्हस ब्रेकडाउन झाला असावा किंवा ती ड्रग्सच्या आहारी गेली असल्यामुळे अशी वागत असावी यासाठी तिची तपासणीही झाली पण ड्रगच्या तपासणीचे रिपोर्ट नकारार्थी आले होते आणि म्हणूनच तिला मानसोपचार केंद्रात ठेवले गेले होते. आता तिथे जाऊन तिला त्या अवस्थेत बघणे म्हणजे माझ्यासाठी एक अग्निदिव्यच होते.

मध्य टेक्सास इथल्या एका रुग्णालयात जिलला ठेवले होते. माझ्या आईबरोबर मी तिला पाहायला गेले तेव्हा तिला औषधे देऊन झोपवण्यात आले होते. अंगावर एक पातळसा झगा घालून ती झोपली होती. तिला पाहिल्यावर मी सहा वर्षांची असताना

तिला पहिल्यांदा पाहिल्यावर कसे वाटले होते ते मला आठवले आणि तिच्याविषयीच्या मायेने माझ्या तोंडातून एक हुंदका बाहेर पडला. तेव्हासारखे आतापण तिला मांडीवर घेऊन अलगदपणे थोपटावे असे मला वाटले, पण आत्ताची जिल अगदीच वेगळी परकी वाटत होती. मला तिच्याजवळ बसायला सांगून माझी आई जरा वेळ पाय मोकळे करायला निघून गेली. आता त्या खोलीत मी आणि जिल दोघीच उरलो आणि भीतीने माझ्या मनाचा थरकाप झाला. जिल इतक्यात उठली तर... मला पाहून तिची प्रतिक्रिया काय होईल? ती मला ओळखेल की नाही? का माझ्या अंगावर धावून येईल, यासारख्या प्रश्नांचे वावटळ डोक्यांत थैमान घालू लागल्यामुळे एकाएकी माझे मन सुन्न झाले. तेवढ्यात तिला दिलेल्या औषधांचा परीणाम ओसरला आणि ती भानावर आली. तिने डोळे किलकिले केले आणि माझ्याकडे पाहिले. ओळखीचे हसू तिच्या चेहऱ्यावर होते. त्या हास्यानेच माझ्या मनातल्या सर्व शंका दूर झाल्या. मी प्रेमाने तिचा हात हातात घेतला. माझ्याकडे बघून ती म्हणाली, ''मला भेटायला आल्याबद्दल थँक्स!'' ती जरा आळसावलेली वाटत होती. औषधांची गुंगी अजूनही तिच्या डोळ्यावर कायम होती म्हणून डोळे जडावलेले दिसत होते. कॉटच्या बाजूच्या टेबलावर तिच्यासाठी ठेवलेले जेली आणि पीनट बटर लावलेले सँडविच तिने मनापासून खाल्ले. मागाहून आम्हाला कळले की तिने बरेच दिवसात काहीही खाल्ले नव्हते आणि कित्येक दिवस ती शांतपणे झोपलीसुद्धा नव्हती.

माझी दयाळू, प्रेमळ, निळ्या सुंदर डोळ्यांची जिल गेले अकरा दिवस मानसोपचार केंद्रात उपचार घेत होती. तिच्या सुंदर डोळ्यांतले तेज पूर्ण हरवून गेले होते. पहिल्या चोवीस तासात ती अगदी वेड्यासारखी वागत होती. तिच्या भिरभिरणाऱ्या नजरेत कुणाबद्दलही ओळख दिसत नव्हती. तिला भेटायला गेल्यावर तिने माझ्याकडे बघून जे प्रेमळ हास्य केले ते पाहून मला समजले की तिला प्रेमाची फार फार गरज आहे.

तिच्यावर कुणीतरी बळजबरी केली असावी किंवा अतिप्रसंग करायचा प्रयत्न केला असावा आणि त्या अचानक झालेल्या जबरदस्त मानसिक आघातामुळे ती बेफाम झाली असावी. ती अचानक एकाएकी अशी का वागू लागली याचे कारण उलगडले नव्हते आणि हे कारण उलगडेपर्यंत तरी तिला रुग्णालयातल्या मानसोपचार केंद्रात राहावे लागणार होते. खरंतर तिला आत्ता या क्षणी रुग्णालयातून घरी न्यावे असे मला फार वाटत होते. पण केवळ घरी नेऊन ती बरी होणार नाही हे मला समजले होते. तिच्यावर उपचार करण्याची अत्यंत गरज होती.

तिच्याबरोबर रोज एक तास घालवण्यासाठी मला खूप धैर्य गोळा करावं लागत होतं. हो, पण मी ते प्रयत्नपूर्वक गोळा करत होते, माझ्या लाडक्या बहिणीसाठी, तिची या नरकयातनातून लवकर सुटका होण्यासाठी मी होता येईल तितका खंबीरपणा दाखवायचा प्रयत्न करत होते.

हे असं व्हायला नको होतं! का माझ्या निष्पाप, हळव्या आणि आनंदी बहिणीवर असा प्रसंग ओढवला? अशा विचारांनी माझं मन आक्रंदून उठत होतं. तिला लवकरात लवकर या सगळ्यातून बाहेर कसं काढता येईल याचे विचार सतत माझ्या मनात ठाण मांडून बसले होते.

हा सर्व प्रकार घडण्याच्या महिनाभर आधीची गोष्ट! ती सहायक शिक्षिका म्हणून काम करत होती आणि दुसरीकडे आपले पदव्युत्तर शिक्षण पूर्ण करत होती. एकीकडे एफनेसियनच्या पुस्तकातले मोठे मोठे उतारे सहजपणे लक्षात राहताना, दुसरीकडे अचानक तिला कॅलेंडरवरील आठवड्यातला आजचा दिवस कोणता हे समजेनासे झाले होते. तिने मॅरेथॉन शर्यतीचे अर्धे अंतर पूर्ण केले होते आणि ती तैवानपर्यंत जाऊन आली होती, पण त्याच वेळी अचानक कोणीतरी तिचा कॉम्प्युटर टॅप करून त्याचा पासवर्ड बदलल्याचे तिच्या मनाने घेतले.

तिच्या वागणुकीत असा एकाएकी बदल झाल्याचे कारण समजल्याशिवाय मला समाधान होणार नव्हते.

त्या दिवशी तिला भेटायला जायच्या आधी मी एका मोठ्या पुस्तकांच्या दुकानात गेले. त्या दुकानातून सिझोफ्रेनिआ, दुभंगलेले व्यक्तिमत्त्व, चित्तविकृती या विषयीची पुस्तके शोधून, वाचन विभागात बसून रोज या आजाराबाबत जेवढे समजून घेता येईल तेवढे समजून घ्यायचे ठरवले. तिचे उपचार पूर्ण होऊन ती घरी यायच्या आता मला तिच्या आजाराबद्दल जाणून घ्यायचे होते.

तिथे बसले असताना वाचक विभागातील एक व्यक्ती आपल्या लहान मुलीचे बोबडे बोल मोठ्या प्रेमाने ऐकत होती. तिचे बोलणे ऐकण्यासाठी त्यांनी आपल्या पत्नीला हाक मारली. ते पाहून माझ्या मनात आले की एक दिवस ही छोटी मुलगीदेखील मोठी होईल. दूर शिकायला जाईल. कुणाची तरी चांगली मैत्रीण बनेल, पण आयुष्यातला एखादा झंझावात तिला मोडून टाकेल आणि त्यामुळे ती अचानक जिलसारखी मनाने खचून गेली तर कसे व्हायचे? तिचे आईवडील काय करतील?

परत जिलचे विचार मनात आल्यावर मी जिलसाठी आणि त्या लहान मुलीसाठीही देवाला प्रार्थना केली.

जिल यातून पूर्ण बरी होईल आणि पूर्ववत तिचे जीवन सुरळीत होईल अशी आम्हाला केवळ आशाच नव्हे तर खात्रीदेखील आहे. ती कधीही कुठल्याही चुकीच्या प्रकारे वागली नसल्याची मला खात्री आहे आणि येणाऱ्या प्रत्येक दिवसाबरोबर मी तिच्या बरोबरीने तिच्या हृदयीच्या वेदना वाटून घ्यायला मी सामोरी जात आहे.

— स्टेफानी चेंबर्स

पांढऱ्या भिंती आणि फुलाफुलांचे पडदे

आजीच्या घराइतके चांगले ठिकाण दुसरे कोणतेही नाही.

– निनावी

"आजोबाऽऽ, आजोबाऽऽ" असे ओरडत मी घरातल्या लाकडी फरशीवरून पळतपळत आलो आणि आजोबांच्या पायाला मिठी मारली. आजोबांनी मला उचलून प्रेमाने जवळ घेतले आणि ते म्हणाले, "कसं आहे माझं पिलू?" मी त्यांच्या खांद्यावर मान ठेवली आणि त्यांना प्रेमाने घट्ट मिठी मारली, इतकी घट्ट की त्यांना श्वास घेणे अवघड झाले.

बालकाश्रमातून बाहेर पडतेवेळीची ही आहे माझी पहिली आठवण. जी आजही माझ्या हृदयावर कायमची कोरली गेली आहे.

माझ्या आईने मला जन्म दिला. पण एका मातेची जबाबदारी ती कधीच पार पाडू शकली नाही. ती कुमारी माता होती आणि त्यामुळे तिला अनेक मानसिक वेदना भोगाव्या लागल्या होत्या आणि त्यामुळे ती आपले मानसिक व शारीरिक स्वास्थ्य गमावून बसली होती. मला वाढवण्यासाठी आवश्यक तो खंबीरपणा तिच्याजवळ नव्हता आणि म्हणूनच आम्ही तिच्या आईवडिलांच्या घरी राहत होतो.

मागे वळून पाहताना असे जाणवते की माझ्या जन्मानंतर ममाच्या मनात असुरक्षिततेची भावना वाढीला लागली होती आणि ती सतत मानसिक तणावाखाली असे. तिच्या अशा वागणुकीमुळे माझ्या आजीआजोबांनी मला कधीही तिच्याजवळ झोपू दिले नाही. मी कायम माझ्या आजीच्या कुशीत झोपत असे. या गोष्टीने ममा आणखीनच दु:खी झाली असावी. आजीआजोबा झोपले असताना ती बरेचदा खोलीत येऊन माझ्याकडे पाहत असे. तिच्या होणाऱ्या नवऱ्याने तिला फसवले होते आणि त्यामुळे तिचा सर्व माणसांवरचा विश्वास उडाला होता आणि ती निराशेच्या खाईत ढकलली गेली होती. ती दिवसभर उदासपणे झोपून राही आणि रात्रीच्या वेळी जागी

राहून घरातले आतून कुलूप लावून बंद केलेले दरवाजे उघडून बाहेर जाण्याचा प्रयत्न करे. ही गोष्ट साधारण साठ सालातली आहे. जेव्हा मानसिक रोगाकडे लोक वाईट दृष्टिकोनातून पाहत आणि आजीआजोबांनीही ममाचे मानसिक स्वास्थ्य सुधारावे यासाठी विशेष प्रयत्न केले नाहीत.

आजीआजोबांचे घर गावापासून दूर दाट झाडीत होते आणि आमच्या आसपास फारशी वस्तीही नव्हती. आमच्या घरापासून शहर वस्ती साधारण एक तासाच्या अंतरावर होती. मला आठवतंय की तो जून महिन्यातला दिवस होता आणि त्या दिवशी प्रचंड उकाडा होता. आजीआजोबा काही कामानिमित्त बाहेर गेले होते. तितक्यात ममा माझ्याजवळ आली आणि माझा हात पकडून म्हणाली, ''चल बर्टी, आपण इथून बाहेर जाऊ.'' मला काही समजण्याचा अवधी न देता तिने माझ्या हाताला घट्ट धरले आणि ती झपाझपा पावले उचलून घराबाहेर निघाली. माझी चिमुकली पावले तिच्या वेगाने जाताना अडखळत होती. ममा काय करते आहे, कुठे जाते आहे हे माझ्या बालमनाला समजत नव्हते. वाटेत पुढे गेल्यावर एका झाडाजवळ लपवून ठेवलेले कपड्यांचे गाठोडे तिने उचलले आणि आम्ही पुढे निघालो. चढउतारांच्या आणि खाचखळग्याच्या रस्त्यावरून चालताना मी अगदी दमून गेलो होतो, पण मग ममाने मला उचलून कडेवर घेतले आणि ती दम लागेपर्यंत चालत राहिली. आम्ही रेल्वेमार्गाजवळ पोहोचलो. त्याकाळी कुणी गरजू प्रवाशाने हात दाखवल्यास रेल्वे थांबवली जात असे. आमच्या जवळून एक अजस्त्र अशी मालगाडी चालली होती. ममाने हात दाखवून ती गाडी थांबवण्याची विनंती केली आणि मला इंजीनमधल्या एका काळ्या जाडजूड माणसाच्या स्वाधीन केले. त्या माणसाचा चेहरा आणि इंजिनाचा कर्कश आवाज ऐकून मी घाबरून डोळे मिटले. पण ममासोबत असल्याने मला सुरक्षित वाटत होते.

त्यानंतरचे काही दिवस, आठवडे किंवा महिने माझ्या स्मृतीतून कायमचे हरवले आहेत.

...मला आठवतंय की मी एका गजाआडच्या खोलीत होतो आणि त्या खोलीच्या भिंती पांढऱ्या शुभ्र होत्या. खिडक्यांचे पडदे फुलाफुलांचे होते आणि सूर्याचे ऊन त्या पडद्यांवर पडले की पडद्याची सावली भिंतीवर पडून सुंदर नक्षी दिसू लागे. मला एका उबदार ब्लँकेटमध्ये गुंडाळले होते आणि मी किती दिवस तसाच पडून होतो कुणास ठाऊक!

मला आठवतंय तेव्हापासून मी बालाश्रमातल्या त्याच खोलीत पडून राहिलो होतो. एक दिवस अचानक त्या खोलीचा दरवाजा कोणीतरी उघडला आणि एका दयाळू स्त्रीने मला प्रेमाने उचलून घेतले व ती म्हणाली, ''तुला भेटायला कोणीतरी आले आहे.'' मग ती मला खालच्या मजल्यावर घेऊन गेली. मी पाहिले तर माझे

आजीआजोबा मला भेटायला आले होते. आजोबांनी मला उचलून घेतले आणि खूप वेळ प्रेमाने घट्ट धरून ठेवले. मग त्यांनी मला आजीकडे स्वाधीन केले. आजीनेही मला प्रेमाने जवळ घेतले. पण लगेच दूर होत ती म्हणाली, "आता आपल्याला गेले पाहिजे ना!" त्या दोघांनी माझा हात परत त्या दयाळू स्त्रीच्या हातात दिला आणि ते दोघे तेथून निघून गेले.

त्या क्षणी माझ्या मनाला झालेल्या यातना मी शब्दात मांडू शकत नाही. कारण आजीआजोबा मला पहिल्यांदा भेटायला आल्यावर त्यांना पाहून मला अतिशय आनंद झाला होता. ते आता आपल्याला इथून घेऊन जायला आले आहेत असे वाटत असताना मला ते तसेच टाकून गेले. यामुळे मला अतीव दुःख तर झालेच पण मला आजीआजोबांचा रागही आला. अन् त्या रागामुळे मी एकएकटा राहू लागलो. इतर मुलांबरोबर खेळणे, बागडणे आणि बोलणेही सोडून दिले. आपण या जगात एकटे आहोत, आईने व आजीआजोबांनी मला टाकून दिले आहे ही भावना माझ्या मनात घर करून राहिली होती. त्यामुळे मला असुरक्षित वाटे. ती दयाळू स्त्री मला बळेबळे खायला घाली आणि रात्री मायेने थोपटून झोपवत असे.

काही दिवसांनी आजीआजोबा परत मला भेटायला आले. त्या वेळी मी त्यांच्याशी फारसे न बोलता तुटकपणे वागलो कारण मला माहीत होते की ते थोडा वेळ माझे लाड करून परत एकटे सोडून जाणार आहेत. पण मला आश्चर्याचा सुखद धक्का बसला. कारण ते दोघे मला बालाश्रमातून कायमचे घरी घेऊन जायला आले होते. (त्या वेळी मला कळले की त्यांना खरेतर आधीच मला घरी घेऊन जायचे होते पण आश्रमातील अधिकाऱ्यांनी योग्य कारवाईनंतरच घरी नेण्यास परवानगी दिली होती.) माझा आनंद गगनात मावेना. त्यानंतर मात्र माझ्या आयुष्याची गाडी वळणावर आली. आजीआजोबा माझ्यावर मायेचा वर्षाव करू लागले. आजोबा सतत माझ्याबरोबर असत. ते मला गोष्टी सांगत, पुस्तके वाचून दाखवत आणि लांब फिरायला नेऊन जाता जाता त्यांच्या बालपणीच्या गोष्टी सांगत. आजीने माझ्या आईची भूमिका स्वीकारली होती. ती माझा प्रत्येक हट्ट पुरवत असे, मला हवं नको ते पाहत असे आणि माझ्या अभ्यासतल्या प्रगतीवर लक्ष ठेवून असे. माझ्या लग्नाचा पोशाख निवडायलाही तिनेच मदत केली होती.

मला वाटते, माझे आजीआजोबा जगातले सर्वांत चांगले आजीआजोबा आहेत. त्यांनी पोटच्या मुलाप्रमाणे मला वागवले व मी घरातून माझ्या आईबरोबर गायब झाल्यानंतर आमचा शोध घेण्यासाठी आटोकाट प्रयत्न केले. माझे अपहरण झाले असावे अशी भीती त्यांना सतावत होती. त्यांनी मला आई व वडील दोघांचे प्रेम दिले व माझा गेलेला आत्मविश्वास परत मिळवून दिला. आज मी आयुष्यात ताठ उभा आहे तो त्या दोघांच्या मुळेच!

दुर्दैवाने ते दोघेही आज हयात नाहीत पण मी त्यांच्या सदैव ऋणी राहीन.

माझ्या आईबद्दल विशेषरीत्या लिहिले पाहिजे. खरेतर मला वाटते की आजीआजोबा तिला समजून घेण्यात कमी पडले. त्यामुळे तिचा मानसिक तोल ढळला. तिचे स्वत्व हरवत गेले व ती निराशेच्या खोल गर्तेत जाऊन रुतली आणि पुढे जाऊन मानसिक रुग्ण बनली. नंतर तिला इतर मानसिक रुग्णांबरोबर ठेवण्यात आले व तिचे जीवन दिशाहीनपणे भरकटत गेले. कित्येक वर्षांत तिचा आणि माझा संपर्क झालेला नाही.

— रॉबर्ट लॉरी

देवाघरची भेट!

'लहान मूल जन्माला येणे' ही परमेश्वराने हे जग चालू ठेवण्यासाठी केलेली योजना आहे.

– *कार्ल सँडबर्ग*

त्या वेळी मी साधारण ४३ वर्षांची होते. माझ्या दुसऱ्या विवाहाला तेव्हा साधारण पाच वर्षे पुरी झाली होती. परंतु आधीच्या लग्नापासून झालेल्या मुलांना वाढवून मोठे करून मी एव्हाना मुलीकडच्या बाजूने सासूदेखील झाले होते. महत्त्वाच्या जबाबदाऱ्या पार पडल्यामुळे आयुष्यात थोडा निवांतपणा आल्यासारखा वाटत होता. विमा एजंट म्हणून गेली अठरा वर्षे मी संभाळत असलेल्या व्यवसायातून आता निवृत्ती घ्यायची आणि मनासारखे हिंडायचे, भरपूर प्रवास करायचा, वाचायचे अन् लिहायचे असे बेत मी आणि माझ्या नवऱ्याने मिळून आखले होते.

परंतु परमेश्वराने मात्र माझ्यासाठी काही दुसऱ्याच योजना आखल्या असाव्यात. माझ्या काही बायकी तक्रारींसाठी मी माझ्या स्त्रीरोग तज्ज्ञांकडे गेले असता त्या तपासणीत माझ्या गर्भाशयात जवळजवळ मोसंबीइतका मोठा ट्यूमर असल्याचे निदान झाले. अर्थात तो कॅन्सर नसल्याने तितकासा धोकादायक नव्हता पण लवकरात लवकर ऑपरेशन करून तो काढावा लागणार होता. ऑपरेशनची भीती आणि दडपण या दोन्हींमुळे मला आतमधून जरा उदास आणि सर्व काही संपल्यासारखे वाटत होते. तशातच त्या दिवशी माझ्या मुलीचा फोन आला.

"मम्मा आय एम प्रेग्नंट!" ते ऐकून मला अत्यानंद झाला. माझ्या मनातले उदास विचार कुठच्या कुठे पळून गेले. मी मुलीचे अभिनंदन करून तिला आणखी काही विचारणार तितक्यात तिने म्हटले, 'बट आय कान्ट कीप द

बेबी' माझ्या ह्रदयाचा ठोकाच चुकला. पायाखालून जमीन सरकल्याचा भास झाला.

खरंतर एखाद्या आईसाठी आपल्या अंगाखांद्यावर आपल्या रक्तामांसाच्या मुलाला खेळू देऊन त्याच्या बाललीलांचा आनंद घेणे याहून दुसरे मोठे सुख नाही. पण माझ्या मुलीला मात्र तो आनंद घेता येणार नव्हता. तिला असलेल्या एका विशिष्ट प्रकारच्या शारीरिक आजारामुळे ती बाळाला जन्म देऊ शकली असती तरी तिला त्या बाळाला वाढवणे कदापि शक्य होणार नव्हते असे निदान तिच्या डॉक्टरांनी केले होते. ती बातमी ऐकली आणि मी सुन्न होऊन कितीतरी वेळ नुसतीच बसून राहिले. मला काहीच सुचेना. माझ्या ऑपरेशनपेक्षा मुलीच्या बातमीचा मला जबरदस्त धक्का बसला होता.

उसने अवसान आणून थोड्या वेळाने मी परत मुलीला फोन केला आणि म्हटले, ''हे बघ, तू गर्भपात करायचा निर्णय असा घाईघाईने घेऊ नकोस. काहीतरी मार्ग नक्कीच निघेल. तू तुझ्या तब्येतीची काळजी घे.''

मी तसे म्हटले खरे, पण मला काहीच मार्ग दिसत नव्हता. माझ्या मुलीच्या पोटी येणारी अबोध कळी फुलायच्या आधीच खुडणे मला अजिबात मान्य नव्हते पण ती जन्माला आल्यानंतर तिला वाढवता येणे कसे शक्य होईल याची चिंता मला लागली होती. मी त्याला वाढवायचे ठरवले तरी माझा नवरा त्याला संमती देईल का या विचारांनी माझी रात्रीची झोप उडाली आणि अन्नावरची वासनादेखील! डोळे मिटले की एक कोवळे निष्पाप अर्भक माझ्या डोळ्यासमोर उभे राही, ते म्हणत असे, 'मला मारू नको, प्लीज! मला हे सुंदर जग बघायचे आहे.' डोळ्यासमोर अनेक प्रश्नचिन्ह फेर धरून नाचू लागत आणि रात्र कधी एकदा संपते आहे असे मला वाटू लागे.

सकाळ झाली की अंघोळ करताना शॉवरच्या धारांबरोबर मी माझ्या अश्रूंनाही मुक्त वाट करून देत असे. रडून रडून डोळे लाल होत असत आणि मी डोळ्यात शाम्पू गेला असे सांगून वेळ मारून नेत असे.

''तू माझ्यापासून नक्की काहीतरी लपवते आहेस, का एवढी अस्वस्थ आहेस तू?'' माझ्या नवऱ्याने त्या रात्री मला मिठीत घेत म्हटले. तेव्हा मी त्याला म्हणाले, ''काही नाही मला माझ्या ऑपरेशनचे दडपण आले आहे.'' त्याने मायेने मला थोपटत म्हटले, ''सगळे काही ठीक होणार आहे, अजिबात काळजी करू नकोस.'' त्याच्या बोलण्याने मला बरे वाटले, धीर आला. मी शांत होण्याचा प्रयत्न करू लागले. माझा हात हातात घेत तो म्हणाला, ''मला माहीत आहे की तू आणखी कशामुळे तरी अस्वस्थ आहेस. मला सांगण्यासारखे असेल तर सांग. मी तुझा प्रश्न सोडवायचा प्रयत्न निश्चितपणे करेन.'' त्याच्या

हळुवार प्रेमळ आणि आश्वासक शब्दांनी मला खूप धीर आला आणि मी माझ्या मुलीबाबतची सर्व हकिकत सांगितली.

माझे बोलणे ऐकून तो म्हणाला, "तिला फोन लाव, मी तिच्याशी बोलतो." मी थरथरत्या हातांनी तिला फोन लावला. तो काय बोलेल या विचारांनी माझ्या छातीत धडधडू लागले होते. तो शांतपणे तिला म्हणाला, "तू पुढची काळजी करू नकोस. स्वतःच्या तब्येतीची काळजी घे. अगं, तुझ्या बाळाला सांभाळायला आम्ही दोघे आहोत ना!" मी त्याचे बोलणे ऐकतच राहिले. माझ्या हृदयावरचे मणामणांचे ओझे उतरल्यासारखे झाले. मी त्याच्या मांडीवर डोके ठेवले आणि मुक्तपणे माझ्या अश्रूंना वाट करून दिली आणि माझी सर्व भीती, काळजी आणि मनातले दुःख त्या अश्रूंतून वाहून गेले.

माझ्या दुसऱ्या नवऱ्याने त्याच्या 'नसलेल्या' मुलीच्या पोटच्या मुलाला वाढवायचा निर्णय घेतला होता. केवळ माझ्या प्रेमाखातर! त्याच्या मनाचा मोठेपणा पाहून माझा ऊर त्याच्याविषयीच्या अभिमानाने भरून आला. माझ्या मनातल्या कल्पनेला त्याने साकार करायचे ठरवले होते. त्या इवल्याशा जीवाला मोठं करायची जबाबदारी आम्हाला घ्यावी लागणार होती आणि तो आनंदाने ती जबाबदारी स्वीकारायला तयार झाला होता. केवढा आधार वाटला मला त्याक्षणी त्याचा! आणि अंगी दहा हत्तींचं बळ आल्यासारखं वाटलं.

त्या हिमतीनेच मी माझ्या ट्यूमरच ऑपरेशन करून घ्यायला सामोरी गेले

आणि माझे ऑपरेशन यशस्वीरीत्या पार पडले.

त्यानंतर माझ्या पहिल्या नातीचा जन्म झाला आणि आमच्या आयुष्याला पुन्हा एक नवीन वळण लागले जणू! त्या चिमुकल्या जीवाला हाताळताना आम्हाला पुन्हा आईबाबा झाल्यासारखे वाटले आणि पुन:प्रत्ययाचा आनंद मिळाला. माझा नवरा तिला प्रेमाने थोपटवून झोपवत असे. अर्थात तिला मोठे करताना माझ्या आईची ही खूप मदत झाली.

बघता बघता आमची ही नवीन सानुली शाळेत जाण्याइतकी मोठी झाली. तिची बुद्धिमत्ता अफाट होती आणि ती अतिशय चौकस होती. फ्रेंच, स्पॅनिश यांसारख्या भाषांखेरीज तिला भूगोल, धर्म व मानववंशशास्त्र या सर्व विषयांमध्ये तितकाच रस होता आणि तिच्या वयाच्या मुलांच्या मानाने तिची समजही खूप होती. माझा प्रोफेसर नवरा त्याच्या विद्यापीठाच्या अभ्यासाचे जे वाचन साहित्य आणत असे तेही ती वाचून मोकळी होई.

तिच्या बुद्धिमत्तेचा आवाका पाहून आम्ही तिला चारचौघांप्रमाणे साधारण शाळेत न टाकता घरी खास शिकवणी देऊन शिकवायचे ठरवले.

माझी मुलगी व जावई मधूनमधून तिला भेटायला येत व आम्ही तुझे मॉम आणि डॅड आहोत असे सांगत असत, पण ती आम्हा दोघांनाच मॉम डॅड अशा हाका मारत असे. इतर मुलांसारखे आपल्याला एकच आईवडील नसून दोन दोन आईवडील कसे आणि आपला जन्म कुठून व कसा झाला ह्यांसारखे प्रश्न मात्र तिच्या बालमनाला सतावत असत.

असेच एकदा तिने मला हा प्रश्न विचारला, तेव्हा मी तिला उत्तर दिले, ''अगं, तुझ्या डॅडला आणि मला एक बाळं हवं होत. सुंदर, हुशार, अगदी तुझ्यासारखं. मग मी देवाला खूप प्रार्थना केली तेव्हा देव म्हणाला, ठीक आहे तुला हवं असणारं बाळ मी देईन पण तू त्याची नीट काळजी घेतली पाहिजेस, त्याला चांगलं खायला प्यायला देऊन मोठं केलं पाहिजेस. त्याला चांगलं शिक्षण दिलं पाहिजेस.''

आम्ही म्हणालो, ''हो हो, आम्ही नक्की त्या बाळाला चांगल्या रितीने वाढवू.''

मग देव म्हणाला, ''बरं तुमची मागणी पूर्ण होईल आणि तुझ्या पोटात एक सुंदर बालिका राहायला येईल आणि बरोबर नऊ महिन्यांनी ती या जगात प्रवेश करेल.''

मग मी देवाला सांगितले की, माझ्या पोटात आता कुठलेही बाळ वाढू शकणार नाही असे डॉक्टर म्हणतात. तेव्हा देव विचारात पडला आणि म्हणाला, 'तुझ्याऐवजी ते बाळ तुझ्या मुलीच्या पोटात वाढेल.' मग तुम्ही तिला मोठं करा.'

आणि अशा रीतीने तुझा या जगात प्रवेश झाला.''

माझ्या उत्तराने तिचे पूर्ण समाधान झालेले दिसले. खुदकन हसून ती खेळायला निघून गेली आणि मी ती गेली त्या दिशेकडे पाहत राहिले, आणि डोळ्यांतल्या अश्रूंना मुक्त वाट करून दिली.

– मेरी ॲ मेलिया

नाते

मोठी बहीण म्हणजे एक खरी मैत्रीण आणि रक्षणकर्ती असते, शिवाय ती सुखदु:खात सहभागी होणारी आणि मार्गदर्शन करणारी एक सहनशील श्रोतासुद्धा असते.

— पॅम ब्राउन!

माझे लग्न ठरले होते त्या वेळची गोष्ट! एका निवांत संध्याकाळी, शांत वातावरणात मी आणि माझी बहीण सुखदु:खाच्या गोष्टी बोलत बसलो होतो. तेव्हा माझा हात हातात घेत माझ्या धाकट्या बहिणीने म्हटले, 'मला तुझ्या खांद्यावर विसावेसे वाटते.' असे म्हणताना तिची नजर खाली झुकली होती आणि बोलताना तिचा आवाज कापत होता.

आम्ही दोघी पाठच्या बहिणी म्हणजे एकमेकांच्या चांगल्या मैत्रिणी होतो. एकमेकींपासून आम्ही काहीच लपवत नसू. एकमेकींशी सुखदु:खाच्या गोष्टी बोलल्याशिवाय आम्हाला चैन पडत नसे आणि एकमेकींशिवाय करमतही नसे.

पण तिच्या तशा बोलण्यामुळे नेहमीपेक्षा काहीतरी अघटित घडले आहे असे मला वाटले. काहीतरी विपरीत, अशुभ घडले असल्याची पाल मनात चुकचुकली आणि काळजात चर्र झाले, पण त्या क्षणी मला जाणवले की माझ्या बहिणीची माझ्याकडून असलेली अपेक्षा कदाचित पूर्ण होणार नाही. कारण मला स्वत:ला समोरच्या व्यक्तीला मदतीचा हात देणे जितके सोपे वाटते तितकेच त्या व्यक्तीला आधाराचा खांदा देणे कठीण जाते.

तरीपण तसे न दाखवता तिच्या पाठीवरून मायेने हात फिरवत मी तिला विचारले, "काय झाले?" तिच्या तोंडातून अस्फुट असा हुंदका बाहेर पडला. चेहऱ्यावर वेदना दाटून आली होती. ते पाहून माझे हृदय पिळवटून गेले. पण तिने मला जे सांगितले ते फारच धक्कादायक होते. आमच्या जवळच्या नातेवाईक

कुटुंबांपैकी कोणीतरी तिचे लैंगिक शोषण केले होते आणि तो किळसवाणा प्रकार कितीतरी वर्षे सुरू होता. ती बिचारी लहानपणापासून हा प्रकार सहन करत राहिली होती. कारण हा प्रकार उघडपणे सांगायची तिची हिंमत झाली नव्हती. आता मोठी झाल्यावर तिला या प्रकाराची गंभीरता लक्षात आली होती आणि तिने तिचे मन माझ्याजवळ मोकळे केले होते. मला सांगताना मात्र ही गोष्ट कुठल्याही तिसऱ्या व्यक्तीला सांगू नको म्हणून तिने बजावले. मी जर हा प्रकार कुणाला सांगितला तर, "ही गोष्ट घडलीच नाही असे मी म्हणेन." ती म्हणाली.

मी तिचे सर्व बोलणे शांतपणे ऐकून घेतले. तिला आपले शोषण होण्याच्या भीतीपेक्षा शोषणकर्त्याचे नाव कुणाला कळू नये याची जास्त भीती वाटत होती कारण तसे झाल्यास तो तिचा बदला घेईल असे तिला वाटत होते. तिच्या घाबरटपणाचा मला राग आला. तिच्याबरोबर इतका घाणेरडा प्रकार होत असताना असहायपणे ती तो मुकाट्याने सहन करत राहिली याचाही मला तीव्र संताप आला. मला आणखी एका गोष्टीचे नवल वाटले की आम्ही दोघी रात्रंदिवस एकाच घरात, एकाच खोलीत राहत असतानाही ही गोष्ट माझ्यापासून लपून का राहिली? मी दिवसभर शाळा व माझ्या इतर कार्यक्रमात गुंतलेली असायचे व घरी नसायचे. आणि नेमके त्याच वेळी त्या दुष्टाने डाव साधला होता. पण मला प्रत्येक गोष्ट सांगणारी माझी बहीण याच बाबतीत अशी गप्प का बसली हेही मला कळत नव्हते.

'कुणाला सांगू नकोस, प्लीज!' ही तिची विनंती मी नाइलाजाने मान्य केली. कदाचित तिचं मन पालटेल ही मला आशा होती. पण मला स्वत:ला ते अजिबात पटत नव्हते. तिचे म्हणणे ऐकून त्यानंतर त्यावर काही उपाययोजना न करता स्वस्थ बसणे मला अजिबात शक्य नव्हते. पण 'माझ्यासाठी देवाला प्रार्थना कर, बाकी काही नको...' असे ती पुन:पुन्हा मला विनवत होती.

त्यानंतर लवकरच माझे लग्न झाले. माझे तिच्याबरोबर बोलणे कमी होत गेले. ती पण मला आपणहून क्वचितच फोन करत असे आणि तिचे मन मोकळे करत असे. तिच्याबरोबरचा तो किळसवाणा प्रकार अजूनही सुरू होता आणि ते ऐकून मी अतिशय विषण्ण झाले होते. मात्र माझी बहीण मोठी होऊनसुद्धा मोठ्या माणसासारखे का वागत नव्हती हे कोडे मला उलगडत नव्हते आणि त्यामुळे माझा तिच्यावरचा राग उफाळत चालला होता आणि त्या शोषणकर्त्याला अतिशय कठोर शिक्षा करण्यासाठी माझे हात शिवशिवत होते.

माझा राग आतल्या आत गिळून गप्प बसणे आणि तिच्याबरोबरचे संबंध तोडून आतल्या आत जळत राहणे किंवा तिने सांगितल्याप्रमाणे तिला माझ्या खांद्यावर डोके टेकण्याइतका आधार देऊन गप्प बसणे हे दोन पर्याय माझ्यापुढे होते. अर्थात मला मात्र हे अजिबात पसंत नव्हते.

पुढे काही वर्षांनी तिचे लग्न झाले आणि ती दूरच्या राज्यात राहायला गेली. लग्नामुळे तिच्या लैंगिक शोषणाला पूर्णविराम मिळाला, पण त्या धक्क्यातून ती पूर्ण सावरली नव्हती. माझ्यापासून ती शेकडो मैल दूर असली तरी ती माझ्याजवळच असल्याप्रमाणेच मला तिची काळजी वाटत होती. फोनवरून मी तिची खुशाली विचारत असे आणि मग बऱ्याच वेळ इकडच्या तिकडच्या गप्पा मारल्यावर मी तिला विचारे, "तू नक्की बरी आहेस ना?"

"हो." ती म्हणे.

"आणखी काही विशेष?"

"नाही. बाकी सर्व ठीक आहे."

शब्दांची देवाणघेवाण व्हायची अन् ठरावीक साच्यातले संभाषण होऊन बोलणे संपायचे, पण महत्त्वाचे असे काहीच बोलणे सांगितले जात नसे.

या गोष्टीला आता तीस वर्षे होऊन गेली आणि आमच्या दोघींचे नातेसंबंधही आता पूर्वीइतके जवळचे राहिले नाहीत. माझी बहीण अजूनही तिचा भूतकाळ विसरू शकत नाही. त्या वेदना उराशी घेऊनच ती जगते आहे. मी तिला पुन्हा पुन्हा विनवते की तू एखाद्या समुपदेशकाची भेट घे, पण तिला आपल्या वेदना कुणासमोरही जाहीर करणे नको वाटते. तिला माझी कळकळ समजत नाही आणि मला राहून राहून या गोष्टीचे वाईट वाटते की तिच्यासारखी हुशार, तरतरीत मुलगी या अत्याचाराला बळी पडूनही त्याबद्दल आवाज उठवू शकली नाही.

तिच्या या परिस्थितीबद्दल मीसुद्धा काहीही करू न शकल्याचे शल्य उरात घेऊन जगल्यामुळे मी एक गोष्ट स्वीकारून जगत आहे ते म्हणजे या जगात अशा कितीतरी गोष्टी आहेत की ज्याबाबत उपाययोजना करणे माझ्या हातात नाही. खूप प्रयत्न करूनसुद्धा नाही. मला हेही समजले आहे की मी इतरांना मार्गदर्शनपर उपदेश करू शकते. त्यांना सल्ला देऊ शकते पण त्यांनी काय निवडावे हे मी ठरवू शकत नाही. मी त्यांना आधार देऊ शकते पण त्यांचे आयुष्य माझ्या वाटेला घेऊ शकत नाही.

सगळ्यात महत्त्वाचे म्हणजे मी खूप क्षमाशील व्हायला शिकले आहे. माझ्या बहिणीने तिला छळणाऱ्या नराधमाविरुद्ध काहीच आवाज उठवला नाही. त्यामुळे ती पूर्णपणे चुकीची वागली असे मी तिच्यावर शिक्कामोर्तब केले. परंतु दुसऱ्या बाजूने मीही तितकीच चुकीची वागत होते कारण त्या नराधमाविरुद्ध मनात तीव्र संताप निर्माण झाल्यामुळे माझ्या मनात बहिणीबद्दल कडवटपणाची भावना निर्माण झाली व तिच्याबद्दलचा राग मनात धुमसत राहिल्यामुळे माझ्याही मनाची शांती ढळली आणि काही प्रमाणात शारीरिक स्वास्थ्यही ढासळले.

आमच्या दोघींच्या आता असलेल्या मैत्रीच्या नातेसंबंधांवरून मला एक गोष्ट समजली आहे की एखादी व्यक्ती तुमची अगदी चांगली मैत्रीण असली तरी तिची प्रत्येक समस्या सोडवायची जबाबदारी तुमची नसते. पण याचा अर्थ असाही नाही की तुम्ही त्या समस्येबाबत काहीही पावले उचलू नयेत. अगदीच काही नाही तरी निदान तुम्ही त्या व्यक्तीसाठी प्रार्थना तरी नक्कीच करू शकता. पण मी काहीही केले नाही.

मला माझ्या बहिणीला तिच्या त्या यातनांमधून सोडवण्यासाठी माझ्या डोक्याचा वापर करून व दोन्ही हातांनी भरभरून खूप काही करता आले असते, शिवाय तिनेही माझ्याकडून फक्त माझ्या खांद्याचा आधार घेतला, क्षणभर विसाव्यासाठी! फक्त तिच्या हृदयीची वेदना मला कळावी या उद्देशाने. याची मला खूप खंत वाटते!

— स्यू जॅकसन

फुटबॉलचा सामना

या जगात दोन प्रकारचे लोक आहेत. नोट्रेडॅम आवडणारे आणि नोट्रेडॅम न आवडणारे आणि खरे म्हटले तर हे दोन्ही प्रकारचे लोक म्हणजे डोकेदुखीच आहे.

– डॅन डेव्हाईन, नोट्रेडॅमचा माजी फुटबॉल प्रशिक्षक

त्या वेळी मी अकरा वर्षांचा होतो. त्या वयात मला नेहमी असे वाटायचे की माझ्याजवळ इतर मित्रांसारखे अभिमानाने सांगण्यासारखे काहीच नाही आणि म्हणूनच चारचौघांमध्ये माझी मान उंचावली जाण्यासाठी मी एकदा धडधडीतपणे खोटे बोललो की मी पिट्ट इथल्या स्टेडियममध्ये नोट्रेडॅमची फुटबॉलची मॅच बघायला जाणार आहे. फुटबॉल खेळाची मला अत्यंत आवड! कॉलेजात असताना मी राष्ट्रीय पातळीवर खेळणाऱ्या विद्यालयांच्या संघाविरुद्ध विद्यापीठ पातळीवर खेळणाऱ्या संघांचे फुटबॉलचे सामने बघायला जात असे. त्यामुळेच अशा प्रकारचे खोटे बोलण्याने माझे व (इतरांचेही) काही नुकसान झाले नसते.

माझ्या मनात सतत हीनतेची भावना घर करून बसलेली असे कारण पश्चिम बेटांमधल्या, आमच्या छोट्याशा समाजामध्ये सगळ्यांच्या दृष्टीने मी एकटाच खूप वेगळा होतो. माझे आईवडील विभक्त झाले होते. बाकीच्या मुलांप्रमाणे मला आईवडिलांच्या प्रेमाचे सुख एकत्रपणे कधीच मिळाले नव्हते. ह्या दु:खाची सल सतत हृदयाला लागलेली असे आणि सगळे जण आपल्याकडे बोट दाखवतात असे मनाला उगाचच वाटे. माझ्याशी बोलताना इतर लोकांपैकी कोणी कधी सहानुभूती दाखवत तर कधी उघड उघड माझा तिरस्कार करत. मला या दोन्ही गोष्टींचा त्रास होई. म्हणूनच त्या परिस्थितीला तोंड देताना त्या वयातील मुलांनी जे केले असते तेच मी केले आणि खोटे बोलायला सुरुवात केली. सुरुवातीला मी स्वत:शीच खोटे बोलत राहिलो आणि स्वत:ला आश्वासन देत राहिलो की सर्व काही ठीक होईल.

मॉम डॅड परत एकत्र येतील आणि आपले मोडलेले घरटे पुन्हा सावरतील. मित्रांना मी खोटे सांगत असे की माझ्या वडिलांची बदली दुसऱ्या गावी झाली आहे. कधीकधी मी त्यांना असेही सांगत असे की मी सुट्टीमध्ये डॅडच्या गावाला गेलो होतो आणि तिथे त्यांच्याबरोबर खूप मजा केली वगैरे.

अर्थात हा खोटारडेपणा माझ्या अंगी बाणवला गेला यामागे कारणेही तशीच होती. रोज रात्री मी माझ्या शेजारच्या मुलाला त्याच्या वडिलांबरोबर बॉल खेळताना पाहत असे. माझ्या एका मित्राचे वडील त्याला फुटबॉल खेळायला शिकवत आणि मित्राचा आत्मविश्वास जागवण्यास त्यांनी खूप प्रयत्न केले होते. हे सर्व पाहून माझ्या मनाच्या जखमा आणखीनच चिघळल्या गेल्या होत्या.

बरेचसे एकएकटे असणारे पालक आपल्याविषयी मुलांच्या मनातले प्रेम कायम राहावे किंवा आपण त्यांच्या तिरस्काराचा विषय होऊ नये म्हणून त्यांचे हट्ट पुरवत असतात. माझी खेळांविषयीची आवड पाहून डॅडने एकदा मला म्हटले होते की, 'मी तुझ्यासाठी कधीही, कुठेही आणि कुठल्याही खेळाची तिकिटे काढून आणायची व्यवस्था करू शकतो.' डॅड मला दिलेले वचन पूर्ण करतील अशी मला खात्री होती म्हणूनच त्या दिवशी मी सर्व मित्रांना सांगून टाकले की 'मी माझ्या डॅडबरोबर नोट्रेडॅमची फुटबॉलची मॅच बघायला जाणार आहे.'

मित्रांना तसे सांगितल्यानंतर मी डॅडना त्यांनी मला दिलेल्या वचनाची आठवण करून देत म्हटले,

"डॅड आपण नोट्रेडॅमची फुटबॉलची मॅच बघायला जायचं का?" तेव्हा डॅड क्षणभर थांबले आणि म्हणाले, "बरं, बघू या."

डॅडने तसे म्हटल्यावर मला खूप आनंद झाला. मॅचच्या दिवशी सकाळी डॅड मला घ्यायला येतील. मला बाहेरच हॉट डॉग, चॉकलेट मिल्कशेक यांसारखा छानसा नाश्ता खायला देतील आणि मॅच बघताना ऊन लागू नये म्हणून छानशी टोपीही विकत घेऊन देतील असे दृश्य माझ्या डोळ्यासमोर तरळले.

मोठ्या उल्हसित मनाने मी सामन्याच्या दिवसाची वाट पाहू लागलो. अखेर तो दिवस उजाडला. मी कोट, हातमोजे वगैरे घालून छानपैकी तयार झालो आणि पुढच्या अंगणात उभे राहून डॅडची वाट बघू लागलो.

मिनिटे गेली अन् मिनिटाचे तास झाले आणि तासाचे दोन तास! पण डॅडचा पत्ताच नव्हता. मी गुपचूप लपतछपत घरी परतलो कारण मी फुटबॉलची मॅच पाहायला जाणार आहे असे मी जगजाहीर केले होते आणि कुणी मला तसेच परत येताना पाहिले असते तर ते कोणत्या शब्दात माझी टिंगल करतील याची धास्ती माझ्या मनात होती. त्या दिवशी मॅच संपेपर्यंत घरच्या रेडिओवर मी त्या मॅचचे धावते

वर्णन ऐकले आणि दुसऱ्या दिवशी टीव्हीवर त्या सामन्याची क्षणचित्रे दाखवली गेली ती पाहून मी त्या सामन्याबाबतची पूर्ण माहिती मिळवली.

सामन्यानंतर दोन-तीन दिवसांनी माझ्या मित्रांनी मी खरोखरच मॅच पाहायला गेलो होतो की नाही ते पाहण्यासाठी मला सामन्याबाबत आडवेतिडवे प्रश्न विचारले. त्यांच्या सर्व प्रश्नांची उत्तरे मी समाधानकारकरीत्या देऊ शकलो. एकाने मला पुराव्याखातर सामन्याची तिकिटे मागितली. त्याला मी सांगितले की, 'तिकिटे डॅडच्या कारमध्ये राहिली आहेत.'

या सर्व मित्रांना पुरून उरला होता तो माझा बारा वर्षांचा एक मित्र! तो माझी बाजू घेत म्हणाला, ''माझा माइकवर विश्वास आहे, तो नक्कीच खोटे बोलत नाही.'' तो नेहमीच माझ्या बाजूने उभा राहायचा. मी नेहमीच खोटे बोलतो ते त्याला माहीत असावे. पण माझी घरची परिस्थिती त्याला माहीत होती आणि माझ्याबद्दल त्याला सहानुभूती वाटत असावी म्हणून त्याने तसे केले असावे.

कालांतराने जेव्हा मी मोठा झालो तेव्हा मी स्वत:ला सावरले आणि गत आयुष्याकडे मागे फिरून पाहताना मी असे इतक्या प्रकारे खोटे का बोलत राहिलो याचा मला पश्चात्ताप झाला आणि तशा प्रकारे मित्रांनाही बऱ्याचदा फसवल्याबद्दल मला अतीव दु:ख झाले.

आज मी स्वत: एका मुलाचा बाप बनलो आहे. मागे वळून पाहताना मला समजते की जेव्हा एखादे वडील आपल्या मुलाला, 'बरं बघू या' असे म्हणतात तेव्हा त्याचा अर्थ असतो, नक्की नाही. किंवा निश्चितपणे हो म्हणत नाही. पण त्या कोवळ्या वयात मला डॅडच्या म्हणण्याचा अर्थ समजला नव्हता आणि त्यांनी मला मॅच बघायला नेले नाही म्हणून मी त्यांच्यावर खूप रागावलो होतो. कदाचित मी जसे खोटे बोलत होतो तसे मला बरे वाटावे म्हणून डॅडनेही मला खोटेच सांगितले असावे की, 'मी तुला कुठच्याही खेळाच्या सामन्याची तिकिटे आणून देईन.'

काळाच्या ओघात मला असेही जाणवले की माझ्या वडिलांपेक्षा वाईट असलेलेही काही वडील असतात. माझे वडील आमच्याशी तसे वागले याच्यामागे काहीतरी कारण नक्कीच असेल. लहान असताना त्यांना मी बरेचदा घराच्या एका कोपऱ्यात जाऊन स्वत:शीच बोलताना पाहिले होते. तो त्यांचा स्वत:च्या समस्या हाताळण्याचा मार्ग होता. माझा मॅच बघण्याचा हट्ट ते त्यांच्या आर्थिक समस्यांमुळे पूर्ण करू शकले नसावेत हेही मला नंतर समजून आले.

मोठा झाल्यावर मी क्रीडासाहित्य लिहिणारा लेखक बनलो. तरीपण नोट्रेडॅमच्या सामन्यांबद्दल लिहिण्याचा मला कधी योग आला नाही. त्यानंतर मी त्याबद्दल विचार करणे सोडून दिले. पण मनाशी एक खूणगाठ पक्की बांधली होती ती ही की 'एक

वडील म्हणून अतिशय चांगली व्यक्ती बनायचा प्रयत्न करायचा.' आणि शक्यतो कोणाच्याही कोणत्याही कृतीचा वाईट अर्थ काढायचा नाही.

माझ्या खोटे बोलण्याचा उल्लेख मी माझ्या पत्नीजवळ केला नव्हता पण मागच्या वर्षी वर्तमानपत्रात नोट्रेडॅमच्या सामन्यांचे वेळापत्रक आले ते पाहून मी माझ्या पत्नीला त्याबद्दल बोललो. सहजच माझ्या तोंडातून त्या सामन्याबद्दलची आठवण बाहेर पडली. त्यानंतर दुसऱ्या दिवशी मला आश्चर्याचा सुखद धक्का बसला, कारण माझी पत्नी त्या सामन्याची तिकिटे घेऊन आली.

सामना त्या तारखेच्या पुढच्या आठवड्यात होणार होता पण लहानपणीच्या उत्साहाने आणि तेवढ्याच आतुरतेने मी सामन्याची वाट पाहू लागलो. सामन्याबद्दल छापून येणारी प्रत्येक माहिती मी मोठ्या आनंदात वाचत होतो. सामन्याच्या मैदानाकडे झपाझप चालत जात असताना मला पुन्हा तरुण झाल्यासारखे वाटत होते. त्या मैदानापाशी पोहोचल्यावर मला धन्यधन्य झाल्यासारखे वाटले. स्टेडियममध्ये प्रवेश केल्यावर खेळ पाहण्यासाठी आलेल्या वडील मुलांच्या जोड्या पाहून मला वाटले हा दिवस त्यांच्या आठवणीत सुवर्णाक्षरांनी कोरला जाणार हे नक्की! ज्या कोणाला तो सामना पाहता आला नाही त्यांच्यासाठी मी मनोमनी प्रार्थना करून म्हटले की नोट्रेडॅमचा सामना पाहण्याचे भाग्य त्यांना लवकरात लवकर मिळावे.

१४ नोव्हेंबर २००९ हा तो दिवस! ज्या दिवशी मला माझ्या इच्छेप्रमाणे नोट्रेडॅमचा फुटबॉलचा सामना पाहायला मिळाला. आता मला लहानपणाप्रमाणे नोट्रेडॅमचा सामना पाहिल्याचे खोटे खोटे सांगावे लागणार नव्हते. मधला चाळीस वर्षांचा काळ मला खूप काही शिकवून गेला आणि त्या काळात माझ्या लहानपणीच्या खोटारडेपणाचाही पश्चात्ताप झाला. त्याबरोबर मला कळलेली आणखी एक महत्त्वाची गोष्ट म्हणजे खोटे बोलून कुणालाही मोठे होता येत नाही तर आपल्या खोट्याची कृत्यांची कबुली देऊन त्याबद्दल पश्चात्ताप व्यक्त केला तर तुमची मान उंचावली जाते.

– माईक मोरलक्की

मी सदैव तुमची ऋणी राहीन...

केवळ मुले जन्माला घातली म्हणून कुणी आई होऊ शकत नाही.
— जॉन ए. शेड

माझ्या सासूबाईंचे नाव नॅन्सी! त्यांचीच गोष्ट मी आता तुम्हाला सांगणार आहे. सासूबाईंची देखभाल करण्यासाठी एक चोवीस तासांची बाई ठेवली आहे. तिचे नाव कॅरोलिना! ती माझ्या सासूबाईंचे प्रत्येक काम शांतपणे व तितक्याच तत्परतेने करत असते. सासूबाईंची कुठलीही मागणी असो, कॅरोलिना न चिडता ती पूर्ण करेल हे नक्की! आम्ही दोघे कॅरोलिनाला वेगवेगळ्या गमतीदार नावांनी हाका मारतो. ह्यांनी तिचे नाव ठेवले आहे 'संत कॅरोलिना' तर मी मात्र तिला 'कामधेनू'च म्हणते.

कॅरोलिनाची एकच अडचण म्हणजे तिला इंग्रजी सफाईदारपणे बोलता येत नाही आणि तितकेसे समजत नाही. मग ती 'पोलिश' पद्धतीचा उच्चार करून इंग्रजी बोलते आणि बऱ्याचदा त्यातून विनोद निर्माण होतात.

परवाचीच गोष्ट घ्या ना! नॅन्सीने कॅरोलिनाला सांगितले, ''माझ्यासाठी छान कुरकुरीत तळलेले चिकन बनवून आण आणि ते अगदी योग्य तऱ्हेने तळले गेले असले पाहिजे, नाहीतर तुला ते परत बनवायला लावीन.''

'ठीक आहे' असे म्हणत कॅरोलिना स्वयंपाकघरात गेली आणि थोड्या वेळाने छान कुरकुरीत तळलेले चिकन, सोबत बटाट्याचे काप आणि केक इ. पदार्थ आणून तिने नॅन्सीजवळच्या टेबलावर मांडले आणि म्हणाली, ''अजून काही हवे असेल तर सांगा मिसेस नॅस्टी, मी लगेच आणून देते.''

तिने मिसेस नॅन्सी म्हणायच्या ऐवजी चुकून मिसेस नॅस्टी म्हटले आणि ते ऐकून मला माझे हसू दाबता येईना. खोकल्याची उबळ आली आहे असे दाखवत

मी कसेबसे माझे हसू आवरले. सुदैवाने नॅन्सीला एवढे नीट ऐकू येत नाही म्हणून बरे, नाहीतर तिने कॅरोलिनाला चांगलेच फैलावर घेतले असते.

चिकन खाऊन झाल्यावर नॅन्सीने कॅरोलिनाला दुसरी आज्ञा दिली, ''खोलीच्या खिडक्या उघडून टाक आणि पडदे सारून घे.'' खिडक्या उघडताना कॅरोलिनाची आणि माझी नजरानजर झाली. मी तिच्याकडे पाहत पुटपटले, ''थँक यू! एवढ्या सहनशीलतेने सासूबाईंची सेवा करते आहेस त्याबद्दल.'' कॅरोलिनाने नुसतीच मान हलवली आणि मंद स्मित केले.

कॅरोलिनाला मी सहनशील म्हणते कारण माझ्या सासूबाईंचा जीवनपट तुमच्या डोळ्यासमोर उघडला तर तुम्हालाही कळेल की त्यांना सांभाळणे किती कठीण गोष्ट आहे ती!

खरेतर नॅन्सीबाईंची तब्येत अगदी उत्तम आणि धडधाकट आहे. तरीपण त्यांनी आयुष्यभर असहायतेची आणि अशक्तपणाची किंवा आजारपणाची नाटके करून सगळ्यांची सहानुभूती मिळवली. त्यांना चमचमीत, तेलकट – तुपकट पदार्थ खायला खूप आवडतात पण जोडीला व्यायाम करायला मात्र नको असतो. त्यांना सर्व लोकांचा तिरस्कार वाटतो आणि एकुलत्या एक मुलीला, 'पेग'ला त्या चक्क पिग म्हणजे डुक्कर म्हणून हिणवतात.

तुम्हाला खोटे वाटेल पण नॅन्सीबाईंनी कधीही त्यांच्या दोन्ही मुलांसाठी स्वयंपाक केला नाही किंवा त्यांच्या शाळेच्या एकाही कार्यक्रमाला त्या हजर राहिल्या नाहीत. इतकेच नव्हे तर मुलांचा पदवीदान समारंभ पाहावा असेही त्यांना वाटले नाही.

आमचे लग्न नुकतेच झाले होते आणि तेव्हा नाताळचा सण जवळ आला होता. नॅन्सीबाईंनी आम्हाला तीन आठवडे अगोदर जेवणाचे आमंत्रण दिले आणि आम्ही ते सहर्ष स्वीकारलेसुद्धा! पण नाताळच्या अगोदर परत फोन करून त्यांनी स्वत:ची तब्येत बरी नसल्याचे सांगून जेवणाचा कार्यक्रम रद्द केला. कुणालाही खरे वाटणार नाही की गेल्या ३३ वर्षांत आम्ही एकदाही सासूबाईंच्या घरी जेवायला गेलो नाही.

त्यांच्या आणखी एका धक्कादायक वागणुकीबद्दल सांगू? माझ्या नवऱ्याला म्हणजे त्यांच्या एकुलत्या एका मुलाला कॅन्सर झाल्याचे निदान झाले तेव्हा मी अंतर्बाह्य हादरून गेले होते. ही बातमी नॅन्सीबाईंना सांगावी की नाही या संभ्रमात होते. पण शेवटी ठरवले की हळुवारपणे त्यांना ही बातमी सांगायची. ही बातमी ऐकून त्यांना खूप धक्का बसेल असे मला वाटले होते, पण झाले उलटेच. त्या म्हणाल्या, ''उफ्! मला वाटले की तुम्ही सांगत आहात की मलाच कॅन्सर झाला आहे.''

तुमचा विश्वास बसतो यावर?

आमच्या मुलांना त्यांच्या आजीविषयी काहीच माहिती नाही. कसे माहीत

असणार? आजीने कुठे काही नातवंडांशी संबंध ठेवले? फक्त एकदाच तिने तिच्या मोठ्या नातवाची आठवण काढली. का माहितेय? ती म्हणाली, "कॅरोलिना बिनडोक आहे. तिला मी फुकटचा पगार का द्यायचा? त्यापेक्षा माझा मोठा नातू..., काय बरं त्याचं नाव? त्याने माझी सेवा केली पाहिजे.''

काय वाटतंय हे सर्व वाचून तुम्हाला?

मी माझ्या मैत्रिणींजवळ किंवा इतर कुणाजवळही माझ्या सासूबाईंचा क्वचितच उल्लेख करते कारण मला माहीत आहे की त्यांचे एक एक किस्से ऐकल्यावर कोणी त्यावर विश्वास ठेवणार नाही.

असे असले तरी मी त्यांची शतश: ऋणी आहे. का म्हणून विचारता? अहो, माझ्या नवऱ्याला त्याच्या आईने अशी वागणूक दिल्यामुळे मी म्हणजे त्याला एक आदर्श पत्नी वाटते आणि मीही त्याचा गोड गैरसमज दूर करत नाही. अगदी छोट्या छोट्या गोष्टीत तो माझे इतके कौतुक करतो की त्यामुळे मला त्याच्यासाठी आणखी काही करावेसे वाटते. लहानपणी जरासुद्धा माया मिळाली नसल्यामुळे कदाचित माझा नवरा तरुणपणी बिघडला गेला असता. त्याला त्याच्या आईने काहीच भरभरून दिले नव्हते— प्रेम, भावनिक ओलावा, मार्गदर्शन, सल्ला काहीच नाही. या सर्वांसाठी तो कायम आसुसलेला राहिला आणि म्हणून त्याच्यासाठी एखादी छोटी गोष्ट केली तरी त्याला स्वर्गसुख मिळाल्याचा आनंद होतो आणि मला प्रेमाने मिठी मारून किंवा माझे कौतुक करून तो त्याचा आनंद व्यक्त करतो.

आश्चर्याची गोष्ट ही की माझी सासू आणि माझा नवरा यांच्या स्वभावात जमीन अस्मानाचा फरक आहे. आई इतकी कोरडी, स्वार्थी, विक्षिप्त असूनही माझा नवरा मात्र अतिशय दयाळू, प्रेमळ व सर्वांना सहानुभूतिपूर्वक समजून घेणारा आहे आणि म्हणून नॅन्सीबाईंची मी शतश: ऋणी आहे आणि कायम ऋणी राहीन.

— ॲनी मिकायेलसन

दृष्टिकोन

मूल आपली ताकद दाखवू शकते पण त्या ताकदीला योग्य ती दिशा दाखवणे मात्र आईवडिलांच्या हातातच असते.

– बेंजामिन स्पॉक, डॉ. स्पॉकस बेबी अँड चाईल्ड केअर

'तू फार नशीबवान आहेस' असा गलका करत मधल्या सुट्टीत मुलींनी जेव्हा मला घेरले तेव्हा त्यांच्या म्हणण्याचा अर्थ असा होता की, 'तू तुला हवा तेवढा आवाज करू शकतेस आणि तुझे आईवडील तुला गप्प बस म्हणून सांगू शकत नाहीत.'

''छे छे, तसे अजिबात नाही कारण आम्ही भावंडे त्यांच्या आजूबाजूला पळत असलो तरीसुद्धा त्यांना आमच्या पायांची कंपने जाणवतात.'' मी म्हणाले.

त्या वेळी मी प्राथमिक शाळेत होते. सगळ्यांपेक्षा मी कशी वेगळी आहे हे दाखवायला त्या वयातल्या मुलींना जसे आवडते असेच मलाही आवडत होते.

माझ्या मैत्रिणींच्या दृष्टीने मी नशीबवान होते. कारण माझ्या आईवडिलांना कानाने ऐकू येत नसे. 'तुला वाट्टेल तेवढा आवाज करण्याचे स्वातंत्र्य आहे' असे वाटल्यामुळे मैत्रिणींनी मला नशीबवान ठरवले होते. पण खरेतर तसे अजिबातच नव्हते. मी माझ्या अंथरुणावर जोरजोराने उड्या मारल्या किंवा कुठेही दाणदाण पाय आपटत गेले की मला लगेच माझ्या डॅडींची पावले माझ्या पहिल्या मजल्यावरच्या खोलीकडे वळलेली दिसायची. इतकेच नव्हे तर जेवणाच्या टेबलावर समजा मी काही असभ्य शब्दांत कुजबुजले तर ते सर्वांत आधी डॅडच्याच लक्षात यायचे.

वर्गातली मुलेमुली मला म्हणत, 'ए, तू तुझ्या खुणांच्या भाषेत काहीतरी बोल नं.' मग लगेच कुणीतरी हातांच्या बोटांची वेडीवाकडी हालचाल करून हवेत बोट नाचवी आणि त्या खुणेचा अर्थ विचारी- 'मी काय म्हणाले सांग बरं' आणि मग

प्रत्येक जण त्या खुणांचा वेगवेगळा अर्थ काढत आणि मनमुराद हसत. मी माझ्या कर्णबधिर आईवडिलांशी खुणांच्या भाषेत कसे बोलते याबद्दल वर्गातल्या प्रत्येकाला उत्सुकता होती आणि हा उत्सुकतेचा विषय कधीकधी मस्करीचाही विषय होऊन जात असे. पण तरीही मी त्यांची मस्करी कधीही मनाला लावून घेतली नाही.

माझ्या मावशीच्या दृष्टीनेसुद्धा मी नशीबवान होते, कारण मी माझ्या आईवडिलांप्रमाणे कर्णबधिर नव्हते तर मला माझ्या दोन्ही कानांनी स्पष्टपणे ऐकायला येत होते.

''नशीबवान आहात तुम्ही दोघी बहिणी!'' मावशी म्हणायची. ''तुम्ही भावंडे तुमच्या आईवडिलांच्या मदतीला नसता तर काय झाले असते कुणास ठाऊक!'' असे म्हणत ती सुस्कारा सोडायची.

'मला माहीत आहे त्यांनी काय केले असते', मी मनातल्या मनात पुटपुटायचे. 'ते एखाद्या उष्ण कटिबंधातल्या ठिकाणी सुट्टीला गेले असते आणि एखाद्या मोठ्या घरात राहायला गेले असते. आम्हाला बेसबॉल शिकवण्यासाठी पाठवण्यात किंवा मित्रमैत्रिणींच्या घरी पाठवण्यात त्यांचा वेळ गेला नसता आणि त्यांनी त्यांचा वेळ आरामात घालवला असता. त्यांना त्यांच्या बँकेचे व्यवहार एका ८ वर्षांच्या मुलीकडून करून घ्यावे लागले नसते आणि हॉटेलमध्ये गेल्यावर एरवी जसे वेटर त्यांच्याकडे दुर्लक्ष करून आम्हा मुलांना काय हवे नको ते आधी विचारायचे तसे तेव्हा झाले नसते कारण हॉटेलच्या मेनूकार्डवर बोट ठेवून त्यांना हवा तो पदार्थ मागवता आला असता.'

माझी आजी म्हणायची, 'अगं, तुला दुभाषी म्हणून सहज काम करता येईल बघ. तुला ती खुणांची भाषा किती चांगली येते आणि या क्षेत्रात भरपूर नोकऱ्या मिळतील. तुझे आईवडील कर्णबधिर आहेत म्हणून इतरांपेक्षा तू या भाषेत अधिक तरबेज आहेस, होय ना?'

माझे वडील १९५५ पासून म्हणजे त्यांच्या जन्मापासूनच कर्णबधिर होते. त्यांच्या उतारवयात त्या दोघांची जबाबदारी घेणे हे माझे कर्तव्य आहे असे समजून मी आजीच्या म्हणण्याप्रमाणे दुभाषकाची नोकरी स्वीकारली. इथे एक आवर्जून नमूद करावेसे वाटते ते म्हणजे स्वत:कडे इतके मोठे न्यून असले तरी माझ्या आईवडिलांनी 'जे सोईचे असते ते स्वीकारून त्यात समाधान मान' असे न शिकवता 'मोठी स्वप्ने बघ आणि ती पूर्ण करायचा प्रयत्न कर' अशी शिकवण दिली.

मध्यंतरी मी एकदा माझी गाडी दुरुस्तीला दिली होती. ती आणताना सोबत डॅडही आले होते. गाडीचे काम पूर्ण होईपर्यंत मी आणि डॅड एकमेकांशी खुणांच्या भाषेत गप्पा मारत होतो आणि हसतसुद्धा होतो.

इतक्यात कुणीतरी अनोळखी व्यक्ती माझ्याकडे टक लावून पाहत असल्याचे माझ्या लक्षात आले. काउंटरवरचा एक जाडा टक्कल असलेला, चाळिशीतला

माणूस माझ्याकडे पाहत होता. मी बील देऊन घाईघाईने पुढे निघाले तितक्यात त्याने मला थांबवून विचारले, "ते तुमचे वडील आहेत काय?" मी हो म्हणून पुढे निघाले कारण एव्हाना डॅड बरेच पुढे पोहोचले होते.

मला एक मिनिट थांबायची विनंती करून त्याने म्हटले, "तुमच्या वडिलांना ऐकू येत नाही ना?"

"हो, माझ्या आईलासुद्धा ऐकू येत नाही." मी म्हटले.

तो क्षणभर बोलायचा थांबला. मला वाटले की आता मला नेहमीसारखे शब्द ऐकू येतील जे मी गेली सव्वीस वर्षे ऐकत आले होते – 'किती छान! तू तुझ्या पालकांना मदत करतेस' किंवा 'तू नशीबवान आहेस कारण आईवडील कर्णबधिर असूनही तुला छान ऐकू येते' वगैरे.

पण असे काहीही न म्हणता तो गृहस्थ म्हणाला, "तुमचे तुमच्या वडिलांबरोबरचे नाते किती सुंदर आहे हे मी पाहिले. तुम्ही तुमच्या वडिलांशी त्यांच्या भाषेत बोलू शकता. नशीबवान आहात! अहो, माझ्या १६ वर्षांच्या मुलीचा आणि माझा जरासुद्धा संवाद होत नाही. ती आपल्याच विश्वात दंग असते आणि तिच्या विश्वात मला थोडेसुद्धा सामावून घेत नाही. तुम्हाला तुमच्या वडिलांबरोबर बोलताना पाहिले आणि माझ्या हृदयात वेदनेची कळ उमटली कारण मलाही माझ्या मुलीबरोबर असे प्रेमाचे संबंध जोडायला हवे आहेत. तुम्ही खरंच नशीबवान आहात."

मी काहीतरी पुटपुटत त्यांना धन्यवाद दिले आणि तिथून काढता पाय घेतला. एका अनोळखी व्यक्तीने मी नशीबवान असल्याचे पूर्णत: वेगळे कारण सांगितले होते. माझ्या संपूर्ण आयुष्यात माझ्या मित्रमैत्रिणींना किंवा माझ्या नातेवाइकांना माझ्याबद्दल जे जाणवले नव्हते ते या अनोळखी व्यक्तीला क्षणार्धात जाणवले होते.

त्यानंतर मी डॅडजवळ पोहोचले तेव्हा त्यांनी मला माझ्या उशिराचे कारण खुणेनेच विचारले.

'डॅड, तो माणूस म्हणत होता की तुम्ही नशीबवान आहात.' मी असे खुणेने सांगितल्यावर डॅडनी माझ्या खांद्यावर प्रेमाने हात ठेवला.

'तो बरोबर बोलला,' डॅड म्हणाले. 'माझ्या मुली इतक्या गुणी आहेत की मी कुणालाही कशाच्याच मोबदल्यात त्या देऊ करणार नाही.'

नंतर मी एकटी असताना सगळे म्हणतात तशी मी नशीबवान असण्याची आणखी काही कारणे सापडतात का ते आठवून पाहिले आणि खरंच मला तशी कारणे सापडली. ती म्हणजे माझ्या आईवडिलांनी मला स्वत:च्या क्षमतेवर विश्वास ठेवायला शिकवले होते. त्यांनी मला असे कधीच शिकवले नाही की एखादी गोष्ट तुला खूप कठीण वाटत असेल तर तू करूच शकणार नाहीस.

त्यांनी मला कधीही खोटा विश्वास दाखवला नाही की कर्णबधिर असल्यामुळे

जसे ते आयुष्यात अयशस्वी झाले तसे मला ऐकता येत असल्यामुळे मी आयुष्यात आपोआप पूर्ण यशस्वी होईन.

माझे आईवडील कर्णबधिर असल्यामुळे कर्णबधिरांच्या दुनियेतले एक दालन माझ्यापुढे खुले झाले होते आणि त्यात खोल शिरून पाहिल्यावर मला कळले होते की कर्णबधिरांची दुनियासुद्धा ज्ञानाने, विविधतेने आणि सर्व प्रकारच्या क्षमतांनी समृद्ध आहे आणि म्हणूनच इतर व्यक्तींना एखादी गोष्ट अशक्य वाटत असली तरी या जगात सर्व काही करता येणे शक्य आहे असे मला वाटते.

— लॉरेन फिझपॅट्रिक

जादूची कांडी

नेहमी आयुष्याच्या चांगल्या बाजूकडे बघून जगा.

– माँटी पायथॉन

माझ्या सासऱ्यांचे खरे नाव डॉन, पण सगळे जण त्यांना ‘मिस्टर लकी’ या नावाने संबोधायचे. याचे कारण डॉन स्वत:ला एक अत्यंत नशीबवान व्यक्ती समजत असत आणि तसे समजायचे कारण हे की जीवनातल्या छोट्या छोट्या गोष्टींमध्ये आनंद घेऊन समाधान मानायची कला त्यांना अवगत होती.

आता हेच पहा ना, ते दर आठवड्याला लॉटरीच्या तिकिटांप्रमाणे असणारे एक स्क्रॅच तिकीट विकत घ्यायचे. या तिकिटाची किंमत फार नसे. पण माझी बायको मला हे तिकीट खरेदी करू देते हे ते सर्वांना कौतुकाने सांगत. या तिकिटावरची काळी शाई खरवडून काढल्यावर आत असलेला क्रमांक पेपरामध्ये जाहीर झालेल्या क्रमांकाशी मिळताजुळता असेल तर ते तिकीट असलेल्या व्यक्तीला बक्षीस मिळायचे.

डॉन ऊर्फ ‘मिस्टर लकी’ याबाबतीत खरोखरच नशीबवान. कारण बरेचदा त्यांनी स्क्रॅच केलेल्या तिकिटाला बक्षीस मिळायचे आणि त्यांच्या मित्रांना त्यांचा हेवा वाटायचा.

‘ए, तुझ्याजवळ एखादी जादूची कांडी वगैरे आहे का? असली तर आम्हाला दे ना, कसे काय तुला नेहमी बक्षीस मिळते?’ त्यांचे सहकर्मचारी विचारायचे.

वाढत्या वयानुसार मि. लकींची दृष्टी कमजोर झाली अन् श्रवणशक्तीवरही परिणाम झाला. दोन महत्त्वाचे अवयव नीट साथ देत नाही म्हटल्यावर एखादी व्यक्ती गांगरून गेली असती, पण मि. लकींच्या बाबतीत मात्र तसे अजिबात घडले नाही.

एके दिवशी ऑफिसमध्ये दुपारी जेवणाच्या सुट्टीत मि. लकी आपला डबा खात बसले होते. अचानक इंटरकॉमवरून सूचना आली. 'टोरनॅडो अलर्ट' म्हणजे लवकरच येणाऱ्या मोठ्या चक्रीवादळापासून सावध राहण्याची सूचना सर्वांना दिली गेली होती. टोरनॅडो अलर्टचे शब्द पुन:पुन्हा ऐकवले जात होते. मि. लकींनी ते ऐकले, मात्र त्यांनी विचारले, 'टोमॅटो अलर्ट? म्हणजे काय? आणि त्यापासून सावध राहायचं म्हणजे काय करायचं?' त्यांचे सहकर्मचारी जोरात ओरडत म्हणाले, 'काही नाही मि. लकी आधी डॉक्टरकडे जाऊन स्वत:चे कान तपासून घ्यायचे.' त्या दिवशी सर्व कर्मचारी ऑफिस सुटायच्या आधीच आपापल्या घरी गेले. मि. लकीसुद्धा भर वादळातून गाडी चालवत आपल्या घरी गेले. त्यांच्या नजरेला काहीही स्पष्ट दिसत नव्हते आणि म्हणूनच त्यांनी एका डॉक्टरच्या मर्सिडिजला मागून ठोकले. त्यांचा गाडी चालवायचा परवाना रद्द झाला आणि त्यांना आम्ही व्हर्जिनियाला आमच्याबरोबर राहायला घेऊन आलो. आम्ही मुले त्यांना आमच्याबरोबर बाहेर फिरायला घेऊन जात असू.

आता त्यांना रिकामा वेळ खायला येऊ लागला, अन् घरी बसणे नकोसे वाटू लागले म्हणून त्यांनी जवळच्या एका मॉलमध्ये अर्धवेळ काम करण्याची नोकरी स्वीकारली. सकाळी लवकर उठून मॉल उघडायच्या आधी ते तिथे पोहोचत आणि व्हॅक्युम क्लीनरने मॉलमधल्या एका सुपरमार्केटची सफाई करत. बऱ्याचदा त्यांना कामावर सोडण्यासाठी मी जात असे तेव्हा ते म्हणत, 'मी या पृथ्वीवरचा सर्वांत नशीबवान माणूस आहे. कारण सांगू? मला दोन कर्तबगार मुलगे आहेत. एक अतिशय चांगली पत्नी आहे आणि मला नोकरीसुद्धा आहे. माझ्या खिशांत थोडेसे का होईना पण पैसे खुळखुळत असतात. अरे नशीब नशीब म्हणतात ते हेच की.'

मला मात्र राहून राहून एकाच गोष्टीचे आश्चर्य वाटायचे की त्यांची नजर अधू असूनही त्यांना मॉलवर कामावर कसे ठेवले गेले. कारण त्यांना इतके कमी दिसत होते की सफाई करताना निम्मा कचरा तसाच राहत असावा. पण त्यांच्या अधू नजरेला असे काही दिसत होते जे इतरांच्या सामान्य नजरेला दिसत नसायचे. त्यांच्याजवळ होती ती एक वेगळी नजर, जिच्यामुळे जीवनातल्या अगदी लहान लहान गोष्टींतून त्यांना आनंद टिपता येत होता आणि म्हणूनच त्यांना कामावर घेतले असावे हे मला त्या दिवशी समजून आले.

त्या दिवशी नेहमीप्रमाणे मी त्यांचे काम संपायच्या वेळी घरी न्यायला गेले होते. त्यांची वाट बघत मी तिथल्या एका काउंटरजवळ उभी होते. इतक्यात दूरवरून कोणीतरी मोकळ्या आवाजात गाणे म्हणताना ऐकू आले. तो आवाज

जसा जवळ आला तसा मला समजले की ते मि. लकीच होते. आनंदाने मुक्त स्वरात गाणे गाऊन ते स्वत:बरोबर इतरांनाही आनंदी करत होते. त्यांचे गाणे ऐकल्यावर एका कर्मचाऱ्याने म्हटले, 'हं आता आम्हाला तुमच्या जादूच्या पोतडीतली एखादी छानशी गोष्ट ऐकवा म्हणजे आमचा दिवस कसा सार्थकी लागल्यासारखे वाटेल.' मि. लकींनी लगेच 'हो' म्हटले आणि आपल्या विनोदी खुमासदार शैलीत एक किस्सा सांगायला सुरुवात केली. ते बोलत असताना स्टोअरचा अधिकारीही तो किस्सा ऐकत, खिदळत असल्याचे मला दिसले आणि तेव्हाच माझ्या मनात यांना कामावर का घेतले असावे याबाबत लख्ख प्रकाश पडला. आपल्या हसऱ्या, विनोदी, आनंदी अन् प्रेमळ स्वभावामुळे प्रत्येकाला आपलेसे करून आनंदी करायची हातोटी त्यांना लाभली होती.

पुढे वाढत्या वयोमानामुळे आणि दृष्टी अतिशय अधू झाल्यामुळे त्यांना कामावरही जाता येईना. मी आणि माझ्या नवऱ्याने त्यांना व माझ्या सासूबाईंना आठवड्यातून किमान दोनदा तरी बाहेर जेवायला घेऊन जात असू. तेवढाच त्यांना बदल आणि सासूबाईंनाही जेवण बनवायचे श्रम नकोत म्हणून!

पण दरवेळा आम्हाला भेटल्यावर ते एकदा तरी 'मी या पृथ्वीवरचा सर्वांत नशीबवान माणूस आहे.' हे वाक्य ऐकवत.

एके दिवशी त्यांना जेवायला नेण्यासाठी आम्ही त्यांच्या घरी जरा लवकरच पोहोचलो. सासूबाई तयार होऊन आमच्याबरोबर गाडीत येऊन बसल्या. मि. लकी घराला कुलूप लावून मागाहून येत होते. पण बराच वेळ झाला तरी ते आमच्या गाडीपाशी आले नाहीत. सासूबाईंनी त्यांना घर बंद करताना पाहिले होते. त्या म्हणाल्या, 'जेवायला कुठे जायचे याबाबत आपली चर्चा सुरू असताना माझे त्यांच्याकडे लक्ष राहिले नाही.' आता त्यांना कुठे शोधावे या विचारात असतानाच माझे लक्ष आमच्या गाडीच्या पुढे जरा बाजूला असलेल्या गाडीकडे गेले. त्यात एक भारतीय जोडपे बसले होते आणि त्यांच्या मागच्या सीटवर मि. लकी त्यांच्याशी हास्यविनोद करत बसले होते.

मी घाईघाईने त्या गाडीजवळ गेले आणि त्या जोडप्याला झालेला प्रकार सांगितला. तोपर्यंत माझ्या नवऱ्याने मि. लकींना आमच्या गाडीत येऊन बसवले. गाडीत बसल्यावर हसत हसत ते म्हणाले, "अरे घराबाहेर तुझ्या गाडीच्या रंगाच्या इतक्या गाड्या होत्या की तुमची गाडी कोणती ते मला कळलेच नाही."

मग आम्ही रेस्टॉरंटमध्ये पोहोचलो.

"माझ्यासाठी 'मार्गरिटा' मागवा, तोपर्यंत मी वॉशरूमला जाऊन येतो." असे म्हणत ते घाईघाईने वॉशरूमकडे निघाले. आमच्यापैकी कोणीही त्यांच्याबरोबर

जाईपर्यंत ते वॉशरूमला पोहोचलेही होते.

आम्ही त्यांच्या येण्याची वाट पाहत राहिलो. वेटरनेसुद्धा दहा चकरा मारल्या. पण अजूनही मि. लकींचा पत्ताच नव्हता. काय झाले असावे ते बघण्यासाठी म्हणून माझा नवरा निघाला असताना दुरून कुठूनतरी मि. लकींचा आवाज ऐकू आला. नवऱ्याने तिथे जाऊन पाहिले तर मि. लकी दुसऱ्याच कुठल्यातरी टेबलावर तिथल्या अनोळखी लोकांबरोबर गप्पा मारत बसले होते. माझ्या नवऱ्याने त्यांना खुणेनेच 'चला' असे म्हटले तेव्हा घाईघाईने ते उठले. त्या टेबलावरच्या माणसाने म्हटले, "मजा आली, तुमच्याबरोबर बोलून आता तेवढा विनोदी किस्सा तरी पूर्ण सांगून जा ना!"

असे होते मि. लकी, स्वत: नेहमी आनंदी राहून दुसऱ्यांना आनंदी करण्यात स्वत:चे सुख शोधणारे.

इतक्या हसऱ्या, उमद्या आणि आनंदी स्वभावाच्या मि. लकींना फुफ्फुसाचा कर्करोग आणि रक्तपेशींचा कर्करोग अशा दोन महाभयंकर रोगांनी घेरले तेव्हा आमच्या हातात हळहळण्याशिवाय काहीही उरले नव्हते. कारण डॉक्टरांनी सांगितले होते की कुठल्याही उपचारांचा काहीही फायदा होणार नाही.

ते मृत्युशय्येवर असताना आम्ही सगळे जण त्यांच्याजवळ होतो तेव्हा ते म्हणाले, "अरे माझ्याबद्दल असे वाईट वाटून घेऊ नका. मी खूप चांगले आयुष्य जगलो. अरे मी या पृथ्वीवरचा सर्वांत नशीबवान माणूस आहे कारण." असे म्हणत त्यांनी त्यांचे नेहमीचे स्वगत सुरू केले.

इतक्यात नर्स आली. तिने म्हटले, "तुमचा रक्तदाब मोजायला सांगितला आहे डॉक्टरांनी, पाहू ना?"

तिच्याकडे तणावपूर्ण चेहऱ्याकडे पाहत एक मंद स्मित करत ते म्हणाले, "हो बघ ना, पण त्या आधी एक विनोदी किस्सा ऐक."

त्यांचा विनोद ऐकून नर्स खदाखदा हसू लागली. तिचा मानसिक ताण केव्हाच नष्ट झाला होता. नकळत आमच्या चेहऱ्यावरही हास्य तरळले.

काही वेळ गेला. मि. लकींना झोप लागली. त्यांना त्रास होऊ नये म्हणून आम्ही खोलीत शांतपणे बसलो होतो. ते झोपले असताना खोलीभर उदबत्तीच्या धुराप्रमाणे वलये तरंगत असल्याचा अन ती वलये खोलीबाहेर गेली असल्याचे माझ्या नजरेस पडले. तो भास होता की सत्य? मला कळलेच नाही. थोड्या वेळाने डॉक्टर तपासणीसाठी आले.

"सॉरी, ही इज नो मोर..." त्यांनी मि. लकीची नाडी तपासून खाली मान घालून आम्हाला सांगितले.

आम्ही सुन्न झालो. पण आमचा उदासपणा घालवायला मि. लकी आता

कधीही परत येणार नव्हते. मि. लकी आता आमच्याबरोबर नव्हते पण त्यांच्या आनंदी, विनोदी, समाधानी वृत्तीच्या जादूच्या कांडीमुळे जसे आम्ही भारावून गेलो होतो तसे शेवटपर्यंत त्यांच्या सहवासात येणारी प्रत्येकच व्यक्ती मंत्रमुग्ध होऊन गेली होती अगदी त्या हॉस्पिटलमधले कर्मचारीसुद्धा!

– मेरी स्मिथ

कथा एका आखीव-रेखीव घराची...

अति प्रमाणातील स्वच्छता तुमचे जगणे अशक्यप्राय करते.

– निनावी

माझ्या लहानपणी आमच्या घरात राहण्याचे नियम इतके कडक होते की ते पाहून आजच्या जमान्यातल्या एखाद्या विमान कंपनीच्या प्रवाश्यांसाठीच्या नियमांची आठवण व्हावी.

माझ्या मॉमला ऑब्सेसिव्ह कम्पलसिव्ह डिसऑर्डर (ओसीडी) सारख्या रोगाने ग्रासले होते. त्यामुळे या रोगाने ग्रासलेल्या व्यक्तीची वागणूक जशी असते तसे तिचे वागणे झाले होते. प्रत्येक गोष्ट जागच्या जागी ठेवण्याबद्दल अत्यंत काटेकोरपणा दाखवणे, स्वच्छतेच्या बाबतीत अत्यंत कडक नियम पाळणे, प्रत्येक काम अतिशय शिस्तपूर्वक प्रकारे करणे इ. बाबत आमच्या घरी अत्यंत कठोर नियम होते, पण एका बाजूने त्याबद्दल माझ्या मॉमला मला धन्यवाद द्यावेसे वाटतात, कारण माझ्या मनाला वाटले म्हणून मी तसे केले असे म्हणून वाटेल तशी मनमानी करून मी जीवन जगले नाही आणि अत्यंत शिस्तबद्ध प्रकारे सर्व कामे केल्याने माझ्या कामांची सर्वत्र वाखाणणी होत राहिली.

पण लहानपणी मात्र मला या गोष्टींचे महत्त्व जाणवले नव्हते. आमच्या घरी येणाऱ्या माझ्या मैत्रिणींच्या खांद्यावर हात ठेवून मी त्यांच्या कानात हळूच कुजबुजत त्यांना विचारत असे, 'काय गं, एवढे सगळे नियम बनवणे जरुरी आहे का?' माझा प्रश्न ऐकून मैत्रिणी खिदळत आणि आम्ही सारे मिळून मॉमने बनवलेले नियम तोडायचे प्रयत्न करत असू आणि मागच्या अंगणात असलेल्या जुन्या मिलिटरी कारमध्ये लपून बसत असू. पण तिथे लपल्यावर मला राहून राहून एकाच गोष्टीची भीती वाटत असे ती म्हणजे जर मॉमच्या लक्षात आले

की मी तिथे लपले होते तर ती कदाचित या जुन्या मिलिटरी कारमध्ये मला कायमचे राहायला लावेल. कारण मॉमला धूळ आणि जीवजंतूची विलक्षण भीती वाटत असे आणि तिचे नियम तोडून तिची मुलगी मागच्या धुळीच्या अंगणात आणि त्या धुळीने माखलेल्या गाडीत खेळायला जाते ही कल्पनासुद्धा तिच्या सहनशक्तीच्या पलीकडची होती.

'मला जीवनातली कुठलीही मौजमजा करण्याची धास्ती वाटते' याचे कारण माझी मॉम अतिशय शिस्तप्रिय आहे हे मी माझ्या मैत्रिणींना कधीही सांगू शकले नाही.

खरंतर आयुष्यातल्या कुठल्याही नियमांबद्दल किंवा शिस्तबद्ध दिनचर्येबद्दल मी आक्षेप घेत नाही कारण रोजचे जीवन सोपे व सरळ बनवण्यासाठी स्वत:वर काही प्रमाणात नियम घालून घेणे आवश्यक आहे असे मला वाटते. परंतु हे नियम जर तर्कसंगतीला धरून नसतील किंवा अतिशय जाचक असतील तर काय म्हणायचे?

वयाच्या सातव्या वर्षी मॉमने मला सवय लावली होती की बाहेरून विकत आणलेली, स्वयंपाकघरातील अन्नपदार्थ असलेली कुठलीही बाटली, डबा, पॅकेट वगैरे ती जागेवर ठेवण्याच्या आधी मी माझे हात स्वच्छ धुतले पाहिजेत. 'तू कुठेकुठे हात लावले असतात ते मला माहीत नाही म्हणून अन्नपदार्थ असलेल्या वस्तू जागेवर ठेवण्यापूर्वी हात धुतलेच पाहिजेत आणि शिवाय ते डबे, बाटल्या, कॅन इ.सुद्धा बाहेरून धुतलेच गेले पाहिजेत' अशी सक्त ताकीद मॉमने दिली होती. हात धुतले नाही तर कुठल्या प्रकारच्या आजारांना सामोरे जावे लागते याची यादी मॉम बोलून दाखवी आणि दरवेळी हात धुतेवेळी मला ती यादी कानात ऐकू यायची आणि मी मुकाट्याने मॉमच्या म्हणण्याप्रमाणे हात व डबे, बाटल्या दोन्ही धुत असे. पण वयाच्या बाराव्या वर्षी माझ्या मनात निरनिराळे प्रश्न रुंजी घालू लागले आणि त्यातला एक म्हणजे अन्नपदार्थ जर डब्याच्या आतमध्ये असतात तर डबे बाहेरून धुण्याची काय गरज आहे?

ममा म्हणायची, 'त्या डब्याला कोणी कोणी कसे हाताळले असते हे आपल्याला माहीत असते का?' तिच्या या तर्कशास्त्राला उत्तर देणे तेव्हातरी माझ्या बालबुद्धीला जमणारे नव्हते. त्यातून ममा ज्या रोगाने त्रस्त होती त्या व्यक्तीशी, असे वारंवार हात धुणे म्हणजे वेळ आणि शक्तीचा अपव्यय आहे याबाबत वाद घालणे शक्यच नव्हते. म्हणूनच ममाच्या सांगण्याप्रमाणे मी स्वयपांकघरात शिरल्यावर डब्याला हात लावण्यापूर्वी आणि परत डब्यातले पदार्थ काढून घेतल्यानंतर हात धुवायची सवय लावून घेतली. पण ममाच्या या सवयींवरून मला झालेला बोध इतकाच की एका नियमाचे पालन करण्यासाठी

अजून एक दुसरा नियम निर्माण करणे आणि त्या नियमावलीत स्वत:ला जखडून घेणे.

मॉमचा अजून एक नियम म्हणजे सोफ्यावर बसताना पाय वरती घेऊन बसायचे नाही. कारण त्यामुळे उश्या चुरगाळतात. पण मला समजायचे नाही की सोफा तर आपण बसण्यासाठीच घेतला आहे मग हे बंधन का? त्यावर ममाचे उत्तर ठरलेले असायचे, 'अरे चुरगळलेल्या उश्यांमुळे हॉलची शोभा जाते.' आणि चुकूनमाकून आम्ही सोफ्यावरती पाय घेऊन बसलो तर मॉम आम्हाला खुणा करून उश्या नीट ठेवण्याबद्दल इशारा करायची.

ममाची स्वच्छतेबाबतची आणखी एक सवय म्हणजे आमच्या घरातल्या प्रचंड मोठ्या गालिच्याची सफाई रात्रीच्या वेळी करणे. तो गालिचा व्हॅक्युम क्लीनरने साफ करावा लागत असे आणि त्या स्वच्छता मोहिमेत आम्हाला जबरदस्तीने सामील व्हावे लागत असे. बिचारी आम्ही भावंडे! दमूनथकून आणि भुकेने कळवळून इतके मलूल होऊन जायचो की आम्हाला कधीही त्या स्वच्छ टापटीप घराचा आनंद उपभोगता आला नाही. 'हात फिरे तिथे लक्ष्मी फिरे' असे म्हणतात. ज्या कोणी ही म्हण तयार केली असेल ती व्यक्ती माझ्या ममासारख्या व्यक्तीच्या तावडीत सापडली असती तर तिने काय म्हटले असते हा मला नेहमी सतावणारा प्रश्न आहे.

हे सारे कमी होते म्हणून की काय ममाला वाटायचे की घर जंतुमुक्त करण्याच्या मोहिमेतही आम्ही सहभागी व्हावे. कित्येक वर्षे आम्ही आमचे बूट गॅरेजमध्ये ठेवून घरात शिरायचो. बुटांपाठोपाठ ओव्हरकोटची आणि पाठीवर असणाऱ्या दप्तरांची रवानगीसुद्धा गॅरेजमध्ये व्हायला लागली कारण ओव्हरकोटवर मागच्या बाजूला चिखल वगैरे उडलेला असायचा. गॅरेजमध्ये ठेवलेल्या या वस्तू मला खूप केविलवाण्या वाटायच्या. पूर्वीच्या काळी जेव्हा जातीयवादाचा जबरदस्त पगडा होता तेव्हा काही जातीजमातींच्या लोकांना कसा काही ठिकाणी प्रवेश निषिद्ध असायचा त्याचीच आठवण मला या वस्तू गॅरेजमध्ये ठेवताना व्हायची. त्यानंतर ममाने आम्हाला ताकीद देऊन ठेवली होती की घरात शिरताना दरवाजाच्या गोल कडीला हात लावण्यापूर्वीसुद्धा सॅनिटायझरने हात धुवायचे. कारण बाहेरून तुम्ही घरात शिरता ते हातावर जीवजंतूची फौज घेऊनच! मला अपेक्षा होती की ममा एक ना एक दिवस गॅरेजमध्ये अंघोळीसाठीच्या शॉवरचीसुद्धा सोय करेल म्हणजे घरात शिरताना आम्ही पूर्णपणे स्वच्छ असणार. पण आमचे सुदैव हे की असे काही घडले नाही.

ममाच्या राज्यात स्वच्छता आणि घाण यातील सीमारेषा इतकी पुसट होती की मला असे वाटे की कुठल्याही गोष्टीला हातच लावू नये. घरात कुठेही

बसताना किंवा वावरताना अंग चोरून वावरायची सवय आपोआपच अंगी बाळगली गेली होती.

जेवायला, खायला बसताना स्वयंपाकघरातल्याच खुर्च्यांवर बसून खावे असा ममाचा आग्रह असे. कारण जमिनीवर बसून खाल्ले तर गालिचा खराब होणार आणि त्यावर परत व्हॅक्युम क्लीनरने सफाई करावी लागणार. पण या खुर्च्यांवर बसून खाण्यासाठीचासुद्धा एक कडक नियम होता. तो म्हणजे खाताना खुर्ची मागे ओढली तर ती परत एका विशिष्ट जागेवर आणून ठेवायची. ममाने त्या जागांवर काळ्या शाईच्या मार्कर पेनने X ची खूण केली होती. खुर्ची जागेवर ठेवताना ती जरा जरी इकडे तिकडे झाली तरी ममा दोन्ही हात कमरेवर ठेवून डोळे वटारून आमच्याकडे पाहायची. तिच्या नजरेला नजर द्यायची माझी हिंमत होत नसे. त्यामुळे बरेचदा मी गॅरेजमध्ये बसूनच खाणे पसंत करत असे.

आज तीस वर्षांनंतर मला असे वाटते की माझ्या आईच्या रोगाची मला थोडीफार लागण झाली आहे. पण ती प्रमाणाबाहेर नाही. घर व्यवस्थित आणि सुरळीतरीत्या चालू शकेल इतक्याच प्रमाणात! माझे स्वयंपाकघर आणि एकंदरीत सर्वच घर नीट लावलेले आहे पण कुठेही त्याचा अतिरेक नाही. माझी गाडी स्वच्छ असते पण गाडीतून प्रवास करताना आमच्या वस्तू ठरावीक जागीच ठेवण्याचे बंधन मी ठेवत नाही. जेवणाच्या बश्या, चमचे, वाट्या, भांडी शेल्फमध्ये नीट ठेवलेले असतात, पण त्या अगदी तशाच क्रमाने ठेवायचा आग्रह मी धरत नाही.

मला या गोष्टींचे हायसे वाटते की माझ्या घरात मी कुठेही खुर्च्यांसाठी मार्कर पेनने X ची खूण केली नाही किंवा अन्नपदार्थ ठेवलेले कॅन बाहेरून धुवायची सवय माझ्या रक्तात भिनली नाही. माझ्या मुलांना त्यांचे दप्तर डायनिंग टेबलवर पसरून निश्चिंत मनाने अभ्यासाला बसता येते आणि आम्ही सर्व जण आरामात पाय पसरून सोफ्यावर निवांतपणे बसू शकतो.

माझी मुले अतिशिस्तीच्या धबडग्याखाली कोमेजून न जाता चारचौघांप्रमाणेच मुक्तपणे वाढून जीवनातले छोटे छोटे आनंद घेऊ शकतात ही कल्पना माझ्यासाठी खूप आनंददायी आहे. त्यांच्या खोलीत मी कधीही डोकावायला जात नाही आणि कधी काही पसारा दिसलास तो आवरण्यासाठी मी त्यांच्या मागे लागत नाही किंवा त्याकडे चक्क काणाडोळा करते.

असे म्हणतात की एका पिढीत असलेला आनुवंशिक रोग तिसऱ्या पिढीतही कधीकधी दिसून येतो म्हणून माझ्या मुलांमध्ये त्याची लक्षणे दिसत तर नाहीना हे मी घाबरून तपासून बघत असते. कधीतरी मुलांना, 'काय रे अंघोळ झाली का तुझी?' असा प्रश्न विचारल्यावर जेव्हा मुले म्हणतात की, 'करेन गं

सावकाश! काय घाई आहे?' तेव्हा माझ्या मुलांना या रोगाची लागण होण्याची भीती नाही हे जाणवून मी गालातल्या गालात हसते. आपल्या मुलांना आणि आपल्या स्वत:ला घरात मोकळा श्वास घेता येणे हे सुख पृथ्वीमोलाचे आहे असे मला वाटते.

– एलिझाबेथ फिलिप

www.ingramcontent.com/pod-product-compliance
Lightning Source LLC
LaVergne TN
LVHW030322070526
838199LV00069B/6527
9789386342034